ഹൈഡ്രജനും പറയാനുണ്ട്

hydrojanum parayanundu

•

dr r prasannakumar

•

first edition
may 2019

•

typesetting & published
chintha publishers, thiruvananthapuram

•

cover
sureshbhai

വിതരണം

ദേശാഭിമാനി ബുക്ക് ഹൗസ്

H O തിരുവനന്തപുരം-695 035
phone: 0471-2303026, 6063026
www. chinthapublishers. com
chinthapublishers@gmail. com

ബ്രാഞ്ചുകൾ

ഹെഡ്ഡാഫീസ് ബ്രാഞ്ച് കുന്നുകുഴി • സ്റ്റാച്യു തിരുവനന്തപുരം • കെ എസ് ആർ ടി സി ബസ് സ്റ്റേഷൻ ആലപ്പുഴ • കെ എസ് ആർ ടി സി ബസ് സ്റ്റേഷൻ എറണാകുളം • മച്ചിങ്ങൽ ലെയ്ൻ തൃശൂർ • ഐ ജി റോഡ് കോഴിക്കോട് • മാവൂർ റോഡ് കോഴിക്കോട് • എൻ ജി ഒ യൂണിയൻ ബിൽഡിങ് കണ്ണൂർ • സെൻട്രൽ ബസ് ടെർമിനൽ കോംപ്ലക്സ് താവക്കര കണ്ണൂർ

CO - 2793 / 5059
ISBN - 978-93-88485-57-9

ഹൈഡ്രജനും പറയാനുണ്ട്

(ശാസ്ത്രകഥ)

ഡോ. ആർ പ്രസന്നകുമാർ

ചിന്ത പബ്ലിഷേഴ്സ്
തിരുവനന്തപുരം-695 035

ഡോ. ആർ പ്രസന്നകുമാർ

ശാസ്ത്രാദ്ധ്യാപകനായി ഹൈസ്കൂളിലും തുടർന്ന് സീനിയർ ലക്ചറർ, പ്രിൻസിപ്പാൾ എന്നീ നിലകളിൽ ഡയറ്റിലും, സ്റ്റേറ്റ്പ്രോഗ്രാം ഓഫീസറായി സർവ്വശിക്ഷാ അഭിയാനിലും സേവനം അനുഷ്ഠിച്ചിട്ടുണ്ട്. സീമാറ്റ്-കേരളയിൽ ചീഫ് കോ-ഓർഡിനേറ്ററായും പ്രവർത്തിച്ചിട്ടുണ്ട്. സ്കൂൾ പാഠ്യപദ്ധതി പരിഷ്കരണം, പാഠപുസ്തകനിർമ്മാണം എന്നിവയിൽ പങ്കെടുത്തിട്ടുണ്ട്. അദ്ധ്യാപനരംഗത്തെ നൂതന പരീക്ഷണങ്ങൾക്ക് എൻ സി ഇ ആർ ടി (NCERT) യുടെ ദേശീയ അവാർഡ് ലഭിച്ചിട്ടുണ്ട്.

ശാസ്ത്രസഹവാസക്യാമ്പ്, ജൈവവൈവിദ്ധ്യക്യാമ്പ്, സയൻസ്ക്ലബ്ബ് എന്നിവയ്ക്ക് വേണ്ടി കൈപ്പുസ്തകങ്ങൾ, ശാസ്ത്രകഥകൾ, ശാസ്ത്രനാടകങ്ങൾ തുടങ്ങിയവ രചിച്ചിട്ടുണ്ട്. ചിന്ത പബ്ലിഷേഴ്സിന്റെ സ്കൂൾ പ്ലസ് പരിപാടിയുടെ ഭാഗമായി *പ്രകൃതിയും ജീവനും ഉത്ഭവവും വികാസവും* എന്ന പുസ്തകം രചിച്ചിട്ടുണ്ട്.

സർവ്വീസിൽനിന്നു വിരമിച്ച ശേഷം ത്രിതലപഞ്ചായത്തുകളുടെ വിദ്യാഭ്യാസ പ്രവർത്തനങ്ങളിലും, കില (KILA), എസ് സി ഇ ആർ ടി (SCERT) എന്നിവിടങ്ങളിൽ റിസോഴ്സ് പേഴ്സണായും പ്രവർത്തിച്ചുവരുന്നു.

ഭാര്യ : ശോഭനകുമാരി
മക്കൾ : ധന്യ, സുഹാസ്
വിലാസം : അശ്വതി, കുറുമണ്ടൽ, പരവൂർ, കൊല്ലം
email : rpkpillai@gmail.com

ഉള്ളടക്കം

പ്രസാധകക്കുറിപ്പ്

ഒരു അംഗീകൃത പാഠ്യപദ്ധതിയുടെ അടിസ്ഥാനത്തിലുള്ള പാഠ്യക്രമമനുസരിച്ചാണ് നമ്മുടെ സ്കൂൾ സമ്പ്രദായത്തിൽ പാഠ പുസ്തകങ്ങൾ തയ്യാറാക്കപ്പെടുന്നത്. അംഗീകൃത യോഗ്യതകൾ ഉള്ള അദ്ധ്യാപകർ അതു പഠിപ്പിക്കുന്നു. കുട്ടികൾ അതു പഠിക്കുകയും വിവിധ നിലകളിൽ മാർക്കു നേടി വിജയം കരസ്ഥമാക്കുകയും ചെയ്യുന്നു. ഇതെല്ലാമായിട്ടും തങ്ങൾ പഠിക്കുന്ന പാഠങ്ങളുമായി ബന്ധപ്പെട്ട് അറിഞ്ഞിരിക്കേണ്ടതും പഠിച്ചിരിക്കേണ്ടതുമായ പല അറിവുകളും വിട്ടുപോകുന്നു. പാഠഭാഗങ്ങളിൽ പെട്ടതു തന്നെയും ദുർഗ്രാഹ്യവും വിരസവും ആയതുകൊണ്ട് അവ മനസ്സിൽ പതിയുകയോ അറിവു വളർത്തുകയോ ചെയ്യാതെ പോകുന്നു.

ഇതൊരു കുറവുതന്നെയാണ്. ഈ കുറവ് എങ്ങനെ പരിഹരിക്കാം. അദ്ധ്യാപകരെന്ന നിലയിൽ സമർത്ഥരും എഴുത്തുകാരുമായ അദ്ധ്യാപകരുടെ കൂട്ടായ്മ ഈ വെല്ലുവിളി ഏറ്റെടുക്കുവാൻ തയ്യാറായി. അതിന്റെ ഫലമാണ് *സ്കൂൾ പ്ലസ്* എന്ന പുസ്തകപരമ്പര. പാഠപുസ്തകത്തിൽ നിന്ന് പകർന്നുകിട്ടുന്ന എല്ലാ അറിവിന്റെയും അനുബന്ധ വിവരങ്ങളാണ് ഈ പുസ്തകങ്ങളുടെ ഉള്ളടക്കം. സുഗ്രാഹ്യമായും രസകരമായുമാണ് ഈ പുസ്തകങ്ങൾ രചിക്കപ്പെട്ടിരിക്കുന്നത്. ഓരോ ക്ലാസിലെയും എല്ലാ കുട്ടികളുടെയും അറിവിന്റെ ചക്രവാളം വികസ്വരമാക്കുവാനും പുതിയ അധികപുസ്തകങ്ങൾ തേടിപ്പിടിച്ചു വായിക്കുവാനും ഈ പുസ്തകപരമ്പര സഹായകമാകും.

ചിന്ത പബ്ലിഷേഴ്സ്

ആമുഖം

ചുറ്റുപാടും ഒന്നു കണ്ണോടിച്ചുനോക്കൂ. കൗതുകകരമായ എന്തെല്ലാം കാഴ്ചകൾ. എത്രയെത്ര ചോദ്യങ്ങളാണ് മനസ്സിൽ ഉയർന്നുവരുന്നത്. സസ്യങ്ങൾക്ക് എങ്ങനെയാണ് പച്ചനിറം കൈവന്നത്? ഇലകൾക്ക് നിറമാറ്റം ഉണ്ടാകാൻ കാരണമെന്താണ്? ഫലം പഴുക്കുമ്പോൾ നിറവും മണവും നല്ല രുചിയും. ഇതിനൊക്കെ കാരണമെന്താണ്? ഇങ്ങനെ ധാരാളം ചോദ്യങ്ങൾ നിങ്ങൾക്ക് ചോദിക്കുവാനുണ്ടാകും. ഇത്തരം ചോദ്യങ്ങൾക്കുള്ള ഉത്തരം രസതന്ത്രത്തിന് നല്കാനാകും.

നാം കഴിക്കുന്ന ആഹാരം, ധരിക്കുന്ന വസ്ത്രം, ഉപയോഗിക്കുന്ന സോപ്പ്, ശ്വസിക്കുന്ന വായു, കുടിക്കുന്ന വെള്ളം തുടങ്ങി നിത്യജീവിതത്തിലെ എല്ലാ മേഖലകളുമായും ബന്ധപ്പെട്ട് എണ്ണിയാലും തീരാത്ത ഇടങ്ങളിൽ രസതന്ത്രമുണ്ട്. ദ്രവ്യത്തെക്കുറിച്ചും ഊർജ്ജത്തെക്കുറിച്ചും അവ തമ്മിലുള്ള ബന്ധത്തെക്കുറിച്ചും പഠിക്കുന്ന ശാസ്ത്രശാഖയാണ് രസതന്ത്രം.

രസതന്ത്രം ഒരു ശാസ്ത്രശാഖയായി ഉരുത്തിരിഞ്ഞത് 18-ാം നൂറ്റാണ്ടോടു കൂടിയാണ്. രസതന്ത്രത്തിന്റെ വളർച്ചയ്ക്ക് വഴിയൊരുക്കിയ നിരവധി ശാസ്ത്രജ്ഞന്മാരുണ്ട്. റോബർട്ട് ബോയിൽ, ജെ ജെ തോംസൺ, ജോസഫ് പ്രീസ്റ്റിലി, ലവോസിയ, കാവൻഡിഷ്, ജോൺഡാൾട്ടൻ, മെൻഡലിയോവ് തുടങ്ങിയവരാണ് പ്രാരംഭഘട്ടത്തിൽ രസതന്ത്രത്തിന്റെ വളർച്ചയ്ക്ക് മികച്ച

സംഭാവനകൾ നല്കിയ ശാസ്ത്രജ്ഞന്മാർ. ആദ്യകാലത്ത് മൂന്ന് ശാഖകളാണ് രസതന്ത്രത്തിനുണ്ടായിരുന്നത്. കാർബണിക രസതന്ത്രം, അകാർബണിക രസതന്ത്രം, ഭൗതിക രസതന്ത്രം എന്നിവയായിരുന്നു ആ മൂന്നു ശാഖകൾ. പദാർത്ഥങ്ങളെക്കുറിച്ചുള്ള ആഴത്തിലുള്ള പഠനങ്ങളും അറിവുകളും വർദ്ധിച്ചതോടെ ഓരോ ശാഖയും ഉപശാഖകളായി വളർന്നു. ഇന്ന് രസതന്ത്രത്തിന്റെ കരങ്ങൾ സ്പർശിക്കാത്ത ഒന്നും തന്നെയില്ല.

പ്രപഞ്ചം നിർമ്മിച്ചിരിക്കുന്നത് ദ്രവ്യം കൊണ്ടാണല്ലോ. ദ്രവ്യം നിർമ്മിച്ചിട്ടുള്ളതോ? സൂക്ഷ്മകണങ്ങളായ ആറ്റങ്ങൾ കൊണ്ടും. പലതരം വസ്തുക്കൾ നമുക്ക് ചുറ്റുമുണ്ട്. അവയിലെല്ലാം ദ്രവ്യം അടങ്ങിയിരിക്കുന്നു. വസ്തുക്കളെ മൂലകങ്ങളെന്നും, സംയുക്തങ്ങളെന്നും, മിശ്രിതങ്ങളെന്നും തരംതിരിച്ച് നിങ്ങൾ പഠിച്ചിട്ടുണ്ട്. ഇവയെല്ലാം തന്നെ നിത്യജീവിതത്തിൽ നമ്മൾ പ്രയോജനപ്പെടുത്തുന്നുണ്ട്. ഔഷധങ്ങൾ, ചായങ്ങൾ, കൃത്രിമ നാരുകൾ, കീടനാശിനികൾ, രാസവളങ്ങൾ, ഇന്ധനങ്ങൾ തുടങ്ങി എണ്ണിയാൽ തീരാത്ത മേഖലകളിൽ അങ്ങനെ രസതന്ത്രം വ്യാപിച്ചുകിടക്കുന്നു.

വിവിധ വസ്തുക്കളുടെ ഭൗതികവും രസികവുമായ ഗുണങ്ങൾ പഠിക്കുമ്പോൾ നിങ്ങൾ പ്രപഞ്ചത്തെത്തന്നെയാണ് അറിയുന്നത്. ഓരോ വസ്തുവിലും വിരൽതൊട്ട് എങ്ങനെ ഇത് കിട്ടിയെന്ന് ചോദിക്കുമ്പോൾ പ്രപഞ്ചത്തോട് നിങ്ങൾ കൂടുതൽ കൂടുതൽ അടുക്കുകയാണ് ചെയ്യുന്നത്.

ഇന്ന് 118 മൂലകങ്ങൾ കണ്ടെത്തിയിട്ടുണ്ട്. ഇവയിൽ പ്രകൃതിദത്തമൂലകങ്ങളും മനുഷ്യനിർമ്മിതമൂലകങ്ങളും ഉണ്ട്. പ്രകൃതിദത്തമൂലകങ്ങളാണ് അധികവും. ഇവയെല്ലാം വ്യത്യസ്തങ്ങളാണ്. വർഷങ്ങൾക്ക് മുമ്പ് റഷ്യൻ ശാസ്ത്രജ്ഞനായ മെൻഡലിയോവ് അന്നറിയപ്പെട്ടിരുന്ന 63 മൂലകങ്ങളുടെ ഗുണങ്ങൾ നന്നായി പഠിച്ചു. അറ്റോമികമാസാണ് മൂലകങ്ങളുടെ സ്വഭാവങ്ങൾക്ക് അടിസ്ഥാനമെന്ന് അദ്ദേഹം വിശ്വസിച്ചു. മൂലകങ്ങളെ അറ്റോമികമാസിന്റെ ആരോഹണക്രമത്തിൽ അടുക്കി വച്ചാൽ അവയുടെ ഗുണങ്ങൾ ആവർത്തിച്ചുവരുന്നതായി അദ്ദേഹം തിരി

ച്ചറിഞ്ഞു. ഈ തിരിച്ചറിവിന്റെ അടിസ്ഥാനത്തിൽ അദ്ദേഹം മൂലകങ്ങളെ വർഗ്ഗീകരിച്ചു. 1869 ൽ അദ്ദേഹം മൂലകങ്ങളെ അറ്റോമികമാസിന്റെ അവരോഹണക്രമത്തിൽ അടുക്കി വച്ചുകൊണ്ട് ആദ്യത്തെ ആവർത്തനപ്പട്ടിക തയ്യാറാക്കി. പിന്നീട് അറ്റോമിക നമ്പറിനെക്കുറിച്ചുള്ള അറിവ് ലഭിച്ചപ്പോൾ അതിന്റെ അടിസ്ഥാനത്തിൽ മെൻഡലിയോവിന്റെ ആവർത്തനപ്പട്ടിക പരിഷ്കരിക്കുകയുണ്ടായി. അങ്ങനെ ആധുനിക ആവർത്തനപട്ടിക നിലവിൽവന്നു.

ആവർത്തനപ്പട്ടികയിൽ ഗ്രൂപ്പുകളും പീരീഡുകളും ഉണ്ടെന്ന് നിങ്ങൾക്കറിയാം. സമാനസ്വഭാവങ്ങൾ പ്രദർശിപ്പിക്കുന്ന മൂലകങ്ങൾ ഒരേ ഗ്രൂപ്പിൽപെടുന്നു.

ആവർത്തനപ്പട്ടികയിലെ ആദ്യമൂലകമാണല്ലോ ഹൈഡ്രജൻ. ഹൈഡ്രജൻ സവിശേഷ സ്വഭാവങ്ങൾ പ്രകടിപ്പിക്കുന്ന മൂലകമാണ്. ഒരു പ്രോട്ടോണും ഒരു ഇലക്ട്രോണും മാത്രമുള്ള ഹൈഡ്രജനെ ഒരു കുസൃതിക്കുട്ടിയായി ഈ പുസ്തകത്തിലൂടെ നിങ്ങളുടെ മുമ്പിൽ അവതരിപ്പിക്കുകയാണ്. ഇനി മുതൽ ഹൈഡ്രജൻ നിങ്ങളുടെ കൂട്ടുകാരനാണ്. ഹൈഡ്രജന് ധാരാളം കഥകൾ നിങ്ങളോട് പറയാനുണ്ട്. ഹൈഡ്രജൻ തന്റെ സ്വപ്നങ്ങളും, സന്തോഷങ്ങളും, ദുഃഖങ്ങളും നിങ്ങളുമായി പങ്കുവയ്ക്കാനാഗ്രഹിക്കുന്നു. മാനവരാശിയെക്കുറിച്ച് ഏറെ പ്രതീക്ഷകൾ ഹൈഡ്രജൻ വച്ചു പുലർത്തുന്നുണ്ട്. സുസ്ഥിരവികസനത്തിലേക്ക് ലോകത്തെ നയിക്കാനുള്ള ചില ഹരിതപരിപാടികളെക്കുറിച്ച് ഹൈഡ്രജന് നിങ്ങളോട് സംസാരിക്കാനുണ്ട്. ഇതിനുള്ള പുതിയ സാങ്കേതികവിദ്യക്ക് ഗ്രീൻകെമിസ്ട്രി എന്നുവിളിക്കാം. ഗ്രീൻകെമിസ്ട്രിയുടെ വളർച്ചയിൽ തന്റെ പങ്ക് എന്താണെന്ന് ഹൈഡ്രജൻ വെളിപ്പെടുത്തുന്നു. ഹൈഡ്രജൻ പറയുന്ന കഥകൾ നിങ്ങൾ ശ്രദ്ധിച്ചു കേൾക്കണം. മനസ്സിലാക്കണം.

ഡോ. ആർ പ്രസന്നകുമാർ

സമത്വസുന്ദരമായ ഒരു ലോകം
അതാണെന്റെ സ്വപ്നം.
എല്ലാവരുടെയും സ്വപ്നം.
ആ സ്വപ്നം സാക്ഷാൽക്കരിക്കണമെങ്കിൽ
ചിന്തിക്കുന്ന, പ്രവർത്തിക്കുന്ന, നന്മനിറഞ്ഞ
ഒരു യുവതലമുറവേണം.

ആ നല്ല നാളേക്കുവേണ്ടി
നിങ്ങളോടൊപ്പം ചേർന്നു പ്രവർത്തിക്കുവാൻ
എനിക്ക് എന്താഗ്രഹമാണെന്നോ?
നിങ്ങളെ കർമ്മോന്മുഖരാക്കുവാൻവേണ്ടി
ഒരു കഥ എഴുതുവാൻ ഒത്തിരിനാളായി ഞാനാ-
ഗ്രഹിക്കുന്നു.

വെറുമൊരു കഥയല്ല
മോഹങ്ങളും മോഹഭംഗങ്ങളും
നന്മയും തിന്മയും കലർന്ന എന്റെ ജീവിത കഥ
നിങ്ങൾക്ക് ചിരിവരുന്നുണ്ടാകും
നിങ്ങളുടെ ആത്മാർത്ഥ സുഹൃത്താണ് ഞാൻ.
ഇനി ഞാൻ ആരെന്നറിയണ്ടേ?
ഞാനാണ് ഹൈഡ്രജൻ

നിങ്ങളുടെ
സ്വന്തം ഹൈഡ്രജൻ

എന്റെ കുട്ടിക്കാലം

ഞാൻ പണ്ടുമുതൽത്തന്നെ ഈ പ്രപഞ്ചത്തിൽ ഉണ്ടായിരുന്നു. ഏകദേശം 1500 കോടി വർഷമായിക്കാണും ആ മഹാവിസ്ഫോടനം നടന്നിട്ട്. അതിനെത്തുടർന്നാണ് പ്രപഞ്ചമുണ്ടായതെന്ന് ശാസ്ത്രകാരന്മാർ അനുമാനിക്കുന്നു. പ്രപഞ്ചം അന്ന് വെറും ഊർജ്ജം മാത്രമായിരുന്നു. പദാർത്ഥങ്ങളുണ്ടാകാൻ പിന്നെയും കോടിക്കണക്കിന് വർഷമെടുത്തു. അങ്ങനെ മൂലകങ്ങൾ ജന്മമെടുത്ത നേരത്താണ് ഞാനും പിറന്നത്. ഭൂമി പിറന്നിട്ട് 450 കോടി വർഷങ്ങളായി. ഭൂമിയിലും പദാർത്ഥങ്ങളുണ്ടാകുവാൻ കാലമെടുത്തു. ഭൂമിയിൽ മൂലകങ്ങൾ ഉണ്ടായ സമയത്ത് ഞാനും ഇവിടെ ജന്മമെടുത്തു.

ഉദാസീനരായിരുന്നു ആദ്യഘട്ടത്തിൽ ഞങ്ങൾ മൂലകങ്ങൾ എല്ലാംതന്നെ. ഉദാസീനമായിരുന്ന ഞാനും ഓക്സിജനും രാസഗുണങ്ങൾ നേടിയപ്പോൾ ഞങ്ങൾ പരസ്പരം സംയോജിച്ച് നീരാവിയായി മാറി. ഭൂമിയുടെ താപനില കുറഞ്ഞുവന്നപ്പോൾ നീരാവി തണുത്ത് ജലമായി. ജലം പിന്നെ കടലായി മാറി. ഭൂമി തണുത്തുകൊണ്ടേയിരുന്ന നാളുകളിൽ ദ്രാവകമായി മാറാത്ത വാതകങ്ങളും നീരാവിയും ചേർന്ന് ഭൂമിക്ക് ഒരന്തരീക്ഷമുണ്ടാക്കി. ദ്രാവകമായി മാറാതെനിന്ന ഞാനും അങ്ങനെ ഭൂമിയുടെ അന്തരീക്ഷത്തിന്റെ ഭാഗമായി.

ഭൂമി പിന്നെയും തണുത്തപ്പോൾ ദ്രാവകാവസ്ഥ പ്രാപിച്ച പലതും ഖരരൂപം കൊണ്ടു. കാലം ഏറെ കഴിഞ്ഞപ്പോൾ ഭൂമിയിൽ ജീവജാലങ്ങൾ ഉണ്ടായി. അവയ്ക്ക് പരിണാമം സംഭവിച്ചു. അവസാനം മനുഷ്യനിൽ വരെ എത്തിനില്ക്കുന്നു. എല്ലാ ജീവജാലങ്ങളിലും ഞാനുണ്ട്. ഒറ്റയ്ക്കല്ല മറ്റു മൂലകങ്ങളുമായി സംയോജിച്ച് സംയുക്തങ്ങളായിട്ടാണ് നിലനില്ക്കുന്നത്. ഭൂമിയിൽ മാത്രമല്ല പ്രപഞ്ചത്തിൽ എല്ലായിടത്തും ഞാനുണ്ടാകും. പക്ഷേ, മനുഷ്യന് എന്നെക്കുറിച്ച് മുമ്പ് യാതൊരറിവും ഇല്ലായിരുന്നു. യഥാർത്ഥത്തിൽ എന്റെ നല്ലകാലം തുടങ്ങുന്നത് മനുഷ്യർ എന്നെ തിരിച്ചറിഞ്ഞതുമുതല്ക്കാണ്. എന്റെ കുട്ടിക്കാലം ആരംഭിക്കുന്നതും അന്നുമുതൽ തന്നെ. മനുഷ്യർ എന്നെ കണ്ടുപിടിച്ച കാലഘട്ടത്തെയാണ് എന്റെ കുട്ടിക്കാലമെന്നു ഞാൻ വിശേഷിപ്പിക്കാറുള്ളത്.

എ ഡി 1671. അന്ന് റോബർട്ട് ബോയിൽ (Robert Boyle) എന്ന ശാസ്ത്രജ്ഞൻ ഇരുമ്പുപൊടി നേർപ്പിച്ച ആസിഡുകളുമായി പ്രവർത്തിക്കുമെന്ന് കണ്ടെത്തി. അദ്ദേഹം നിരീക്ഷണക്കുറിപ്പു തയ്യാറാക്കി അവതരിപ്പിച്ചു. പക്ഷേ, അവിടെയുണ്ടായ വാതകം ഞാനാണെന്ന് അദ്ദേഹം തിരിച്ചറിഞ്ഞിരുന്നില്ല. എ ഡി 1766 ൽ ഹെൻറി കാവൻഡിഷ് (Henry Cavendish) എന്ന ശാസ്ത്രജ്ഞൻ അന്ന് കണ്ടെത്തിയിരുന്ന മറ്റു ലോഹങ്ങളും നേർപ്പിച്ച ആസിഡുകളുമായി പ്രവർത്തിപ്പിച്ചുനോക്കി. പുറത്തുവരുന്ന വാതകം തിരിച്ചറിയാൻ അദ്ദേഹത്തിന് കഴിഞ്ഞു. അത് ഞാനായിരുന്നു. എന്നെ ആദ്യമായി തിരിച്ചറിഞ്ഞ അദ്ദേഹം എനിക്ക് ഒരു ഓമനപ്പേരു നല്കി. എന്താണെന്നറിയണ്ടേ? “വേഗം തീ കത്തുന്നവായു” (Inflammable air). ഈ പേര് വിളിക്കുവാൻ നിങ്ങൾക്കും പ്രയാസം കാണും അല്ലേ? എനിക്ക് വീണ്ടും നല്ലൊരു പേര് തന്നു. ആ പേരിലാണ് ഇന്നും എല്ലാവരും എന്നെ അറിയപ്പെടുന്നത്. എനിക്ക് “ഹൈഡ്രജൻ” എന്ന പേര് നല്കിയത് 1783 ൽ ലവോസിയെ (Lavoisier) എന്ന ശാസ്ത്രജ്ഞനാണ്. ഹൈഡ്രജൻ എന്ന വാക്കിനർത്ഥം എന്താണെന്ന് അറിയുവാൻ

നിങ്ങൾക്ക് കൗതുകം കാണും എന്നെനിക്കറിയാം. 'ജലം ഉല്പാദിപ്പിക്കുന്നവൻ' (Water Producer) എന്നാണ് അർത്ഥം.

ഇനി ഞാൻ എന്റെ വാസത്തെക്കുറിച്ച് പറയട്ടെ. പ്രപഞ്ചത്തിൽ ഏറ്റവും അധികം കാണപ്പെടുന്ന വാതകമാണ് ഞാൻ. സൂര്യനിലും നക്ഷത്രങ്ങളിലും ഭീമാകാരന്മാരായ വാതകഗ്രഹങ്ങളിലുമൊക്കെ ഞാൻ കാണുന്നു. ഭൂമിയുടെ അന്തരീക്ഷത്തിൽ ഞാൻ സ്വതന്ത്രമായി നില്ക്കും. നിങ്ങളുടെ ചുറ്റുപാടും പക്ഷേ, എന്നെ സ്വതന്ത്രമായി കാണാൻ കഴിയില്ല. മറ്റു മൂലകങ്ങളുമായി ചേർന്ന് നില്ക്കാനാണെനിക്കിഷ്ടം. . ഉദാഹരണമായി നിങ്ങൾക്ക് എന്നെ ജലത്തിൽ കാണാം. അമ്ലങ്ങളിൽ കാണാം. ജൈവവസ്തുക്കളിൽ കാണാം.

എന്നെ തിരിച്ചറിഞ്ഞതു മുതൽ എന്റെ ഗുണങ്ങളെക്കുറിച്ച് ശാസ്ത്രജ്ഞന്മാർ പഠിക്കാൻ തുടങ്ങി. ഈ ഗുണങ്ങളെ മാനവപുരോഗതിക്ക് പ്രയോജനപ്പെടുത്താൻ കഴിയുമോ? അതിനുള്ള ശ്രമങ്ങൾ അന്നുമുതലേ തുടങ്ങി. കേൾക്കണ്ടേ നിങ്ങൾക്ക് ആ കഥകൾ?

ആദ്യത്തെ ഹൈഡ്രജൻ ബലൂൺ

ആയിരത്തിയെഴുന്നൂറ്റി എൺപത്തിമൂന്ന് ആഗസ്ത് 27. ഫ്രാൻസിലെ ടസ് വിക്ടോറിയസ് (Des victories) എന്ന പ്രദേശം. ആ പ്രദേശത്തിനടുത്തുള്ള ഈഫൽ ഗോപുരം. അതിന് അധികം ദൂരയല്ലാത്ത ഇടത്ത് നല്ല ജനക്കൂട്ടം. കൂട്ടത്തിൽ അമേരിക്കയുടെ പ്രതിനിധി ബഞ്ചമിൻ ഫ്രാങ്ക്ളിനും.

സമയം രാവിലെ 10 മണി.

എല്ലാവരെയും സാക്ഷിനിർത്തി ലോകത്തിലെ ആദ്യത്തെ ഹൈഡ്രജൻ ബലൂൺ ആകാശത്തിലേക്കുയർന്നു. ജാക്വസ് ചാൾസ് എന്ന ശാസ്ത്രജ്ഞനാണ് അതിന് നേതൃത്വം നല്കിയത്.

നീണ്ടുനിന്ന കരഘോഷം.

ഞാനാ ബലൂണിനെ മുകളിലേക്ക് ഉയർത്തിക്കൊണ്ടിരുന്നു.

പിന്നീട് വടക്കോട്ട് ഒരു പോക്ക്.

ഏകദേശം 45 മിനിട്ട് ഞാൻ ബലൂണുമായി പറന്നു. എനിക്ക് പുറകെ എന്നെ നിരീക്ഷിക്കാൻ കുതിര സവാരിക്കാർ ഓടിവരുന്നത് എനിക്ക് കാണാമായിരുന്നു. യാത്രയ്ക്കിടയിൽ ബലൂണി

നുള്ളിലെ എന്റെ അളവ് കുറഞ്ഞുവന്നു. അവസാനം 21 കിലോമീറ്റർ അകലെ ഗോനെസ (Gonesa) എന്ന ഗ്രാമത്തിൽ 'ധിം.' ഞാനും ബലൂണും അതാ താഴെ പതിച്ചു. ഗ്രാമവാസികൾ ഭയചകിതരായി നാലുപാടും ഓടി. ധൈര്യശാലികൾ കറിക്കത്തിയും മരക്കുന്തവുമായി ഓടിവന്നു. പിന്നെ നടന്നതൊന്നും പറയണ്ട. കുത്തോടുകുത്ത്. ബലൂൺ കീറിപ്പറിഞ്ഞു. ഞാൻ രക്ഷപ്പെട്ടു കേട്ടോ?

ബലൂണിൽ കയറിയുള്ള എന്റെ ആകാശയാത്രയുടെ അവസാനഭാഗമാണ് നിങ്ങൾ കേട്ടത്. ആ കഥയുടെ ആദ്യഭാഗം ഞാൻ പറയാം. റോബർട്ട് ബോയിൽ ആരാണെന്ന് നിങ്ങൾക്കറിയാമല്ലോ. അദ്ദേഹമാണല്ലോ ആസിഡും ഇരുമ്പുപൊടിയും തമ്മിലുള്ള പ്രവർത്തനം ആദ്യം നിരീക്ഷിച്ചു പഠിച്ചത്. രാസപ്രവർത്തനം നടന്നപ്പോൾ കുമിളകൾ പുറത്തുവരുന്നത് അദ്ദേഹം കണ്ടിരുന്നു. പക്ഷേ, എന്നെ തിരിച്ചറിയാൻ അദ്ദേഹത്തിന് കഴിഞ്ഞില്ല എന്ന കാര്യം ഞാൻ ആദ്യമേ സൂചിപ്പിച്ചുവല്ലോ. ഈ പരീക്ഷണം റോബർട്ട് ബോയിൽ നടത്തിയത് 1671 ലായിരുന്നു. പക്ഷേ, അതിന് മുമ്പ് 1662 ൽ അദ്ദേഹം നടത്തിയ മറ്റൊരു പരീക്ഷണത്തിന്റെ ഫലം പുറത്തുവിട്ടിരുന്നു. എന്താണ് ആ പരീക്ഷണം? ഊഷ്മാവ് സ്ഥിരമാക്കിക്കൊണ്ട് വാതകങ്ങളുടെ വ്യാപ്തവും മർദ്ദവും തമ്മിലുള്ള ബന്ധം അദ്ദേഹം പഠിക്കാൻ ശ്രമിച്ചു. മർദ്ദം കൂടുമ്പോൾ വാതകങ്ങളുടെ വ്യാപ്തം കുറയു

ന്നതായി അദ്ദേഹം നിരീക്ഷിച്ചു. ഊഷ്മാവ് സ്ഥിരമായിരിക്കുമ്പോൾ വാതകങ്ങളുടെ വ്യാപ്തം മർദ്ദത്തിന് വിപരീതാനുപാതത്തിലായിരിക്കുമെന്ന് അദ്ദേഹം കണ്ടുപിടിച്ചു. ഇതാണ് ബോയിൽ നിയമം (Boyle's law).

1776 ൽ ഹെൻറി കാവൻഡിഷ് എന്നെ തിരിച്ചറിഞ്ഞല്ലോ. ലോഹങ്ങളിൽ ആസിഡ് ഒഴിച്ചുള്ള കാവൻഡിഷിന്റെ പരീക്ഷണഫലങ്ങളെയും ബോയിൽ നിയമത്തെയും അക്കാലത്ത് ജോസഫ് ബ്ലാക്ക് (Joseph Black) എന്ന ശാസ്ത്രജ്ഞൻ വിശകലനം ചെയ്തു. അദ്ദേഹം ഒരു പരികല്പന നടത്തി. ഊഹിക്കലാണ് പരികല്പന. വാതകം നിറച്ച ബലൂണുകൾക്ക് മുകളിലേക്ക് ഉയർന്നുപൊങ്ങാൻ കഴിയും. ഇതായിരുന്നു പരികല്പന. ഈ ഊഹം മനസ്സിലിരുത്തി ജാക്വസ് ചാൾസ് എന്ന ശാസ്ത്രജ്ഞൻ കാവൻഡിഷിന്റെയും ജോസഫ് ബ്ലാക്കിന്റെയും പഠനങ്ങളെ വിശകലനം ചെയ്തു. ഹൈഡ്രജന് ബലൂണിനെ ഉയർത്താൻ കഴിയും എന്ന നിഗമനത്തിൽ അദ്ദേഹം എത്തിച്ചേർന്നു.

ഇരുമ്പും സൾഫ്യൂറിക് ആസിഡും പ്രവർത്തിപ്പിച്ച് അദ്ദേഹം ഹൈഡ്രജൻ നിർമ്മിച്ചു. ചെറിയ ചെറിയ ബലൂണുകളിൽ ഹൈഡ്രജനെ നിറച്ച് അദ്ദേഹം പരീക്ഷിച്ചു. വലിയ ബലൂണുകളിൽ നിറച്ചാലോ? അദ്ദേഹം ചിന്തിച്ചു. പിന്നെ നിന്നില്ല. ചാൾസ് വലിയ ഒരു ബലൂൺ രൂപകല്പന ചെയ്തു. റബ്ബർ ചേർന്ന സിൽക്ക് തുണികൊണ്ടാണ് ബലൂൺ നിർമ്മിച്ചത്. റോബർട്ട് സഹോദരന്മാരുടെ സഹായത്തോടെ 1783 ആഗസ്ത് 23 ന് ലോകത്തെ ആദ്യത്തെ ഹൈഡ്രജൻ ബലൂൺ അദ്ദേഹം വീർപ്പിക്കാൻ തുടങ്ങി. ഏകദേശം ഒരു ക്വാർട്ടർ ടൺ (227 കിലോഗ്രാം) സൾഫ്യൂറിക് ആസിഡും അര ടൺ (454 കിലോഗ്രാം) ഇരുമ്പുനുറുക്കും തമ്മിൽ പ്രവർത്തിപ്പിച്ചാണ് ഹൈഡ്രജൻ നിർമ്മിച്ചത്. മൂന്നുദിവസം വേണ്ടിവന്നു ബലൂൺ നിറയ്ക്കാൻ. ജനക്കൂട്ടം ഇതുകാണാൻ ടസ്വിക്ടോറിയസിൽ തടിച്ചുകൂടി. രാത്രിയായപ്പോൾ ചാൾസ് ഒരു കാര്യം ചെയ്തു. രഹസ്യമായി ബലൂണിനെ നാലുകിലോമീറ്റർ അകലെയുള്ള ഈഫൽ ഗോപുരത്തിനടു

ത്തേക്ക് നീക്കി. പിന്നെ നടന്നത് എന്താണെന്ന് ഞാൻ നിങ്ങൾക്ക് വിവരിച്ചുതന്നല്ലോ?

ഹീലിയത്തിനും എന്നെപ്പോലെ വായുവിനേക്കാൾ ഭാരം കുറവാണല്ലോ. എന്നെയോ ഹീലിയത്തെയോ നിറച്ച ബലൂണുകളെ ഗ്യാസ് ബലൂൺ (Gas Baloon) എന്നാണ് വിളിക്കുന്നത്. ഗ്യാസ് ബലൂണിനെ 'ചാൾലിയെ' (Charliere) എന്നും വിളിക്കാറുണ്ട്. എന്തുകൊണ്ടായിരിക്കും? ജാക്വസ് ചാൾസ് ആണല്ലോ ആദ്യമായി ഗ്യാസ് ബലൂൺ ഉണ്ടാക്കിയത്. അദ്ദേഹത്തിന്റെ സ്മരണാർത്ഥമാണ് അങ്ങനെ വിളിക്കുന്നത്.

വാതകങ്ങളുടെ വ്യാപ്തവും ഊഷ്മാവും തമ്മിലുള്ള ബന്ധം ചാൾസ് കണ്ടെത്തിയിട്ടുണ്ട്. ഈ ബന്ധം സ്ഥാപിക്കുന്ന നിയമമാണ് ചാൾസ് നിയമം (Charles' law).

എന്റെ സഹായത്തോടെ ബലൂണിൽ മനുഷ്യന് ആകാശയാത്ര നടത്താനാകുമോ? ചാൾസ് അത് തെളിയിച്ചു. ഞാനാകഥ പറയാം.

മനുഷ്യന്റെ ആദ്യആകാശയാത്ര

ചാൾസ് അടങ്ങിയിരുന്നില്ല. ബലൂണിലൂടെ ആകാശയാത്ര നടത്തിയാലോ? പിന്നെ അതിനായി ശ്രമം. വീണ്ടുമൊരു ബലൂൺ രൂപകല്പന ചെയ്തു. ആദ്യത്തേതിനേക്കാൾ വലിയ ബലൂൺ. ബലൂണിന്റെ ചുവട്ടിൽ രണ്ടാൾക്കിരിക്കാനുള്ള പ്രത്യേക സംവിധാനവും ഉണ്ടാക്കി. നിലത്തിറക്കണമെങ്കിൽ ഉള്ളിലെ ഹൈഡ്രജന്റെ അളവ് കുറയ്ക്കണമല്ലോ? അതിനും വിദ്യകണ്ടുപിടിച്ചു. 1783 ഡിസംബർ ഒന്നിന് അങ്ങനെ ഹൈഡ്രജൻ നിറച്ച രണ്ടാമത്തെ ബലൂൺ രണ്ടുപേരുമായി ആകാശത്തേക്ക് പറന്നു. ലോകം കോരിത്തരിച്ച നിമിഷം. ശാസ്ത്രത്തിന്റെ ആകാശത്തേക്കുള്ള കുതിപ്പ്. മനുഷ്യനെയും വഹിച്ചുകൊണ്ടുള്ള ലോകചരിത്രത്തിലെ ആദ്യ ബലൂൺ യാത്ര. ആരൊക്കെയാണെന്നറിയണ്ടേ അതിൽ യാത്രചെയ്തത്? ഒരാൾ മറ്റാരുമല്ല ചാൾസ് തന്നെ. ചാൾസിനോടൊപ്പം കയറിയത് നിക്കോളസ് ലൂയിസ് റോബർട്ട് ആയിരുന്നു.

ഫ്രാൻസിലെ ജാർദിൻടസ് ടുയിലെറിയസ് (Jardindes Tuileries) എന്ന സ്ഥലത്തുനിന്നാണ് യാത്ര തിരിച്ചത്. ഭൂമിയിൽനിന്നും ഏകദേശം 1800 അടി ഉയരത്തിൽ 2 മണിക്കൂർ 5 മിനിറ്റ് സമയംകൊണ്ട് 36 കിലോമീറ്റർ അവർ യാത്രചെയ്തു. സൂര്യാസ്തമയ നേരത്ത് നെസ്‌ലെസ് ലാ വാലി (Nesles - la -

vallee) എന്ന സ്ഥലത്ത് അവർ താഴ്ന്നിറങ്ങി.

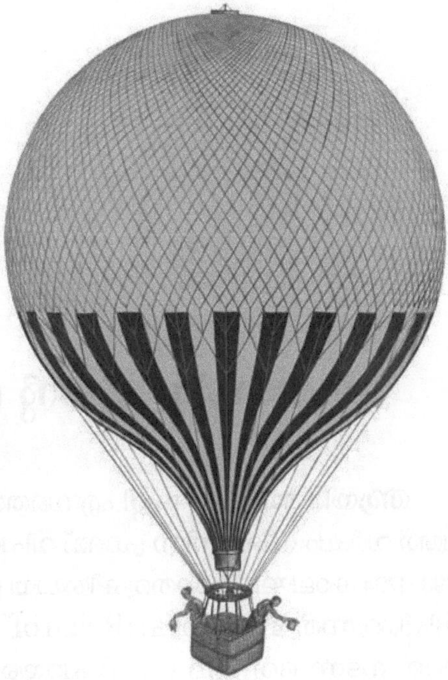

ചാൾസ് വെറും കൈയോടെയല്ല യാത്ര ചെയ്തത്. അങ്ങ് ഉയരെ വായുവിന്റെ മർദ്ദമളക്കാൻ ബാരോമീറ്ററും ഊഷ്മാവ് അളക്കാൻ തെർമോമീറ്ററും അദ്ദേഹം കരുതിയിരുന്നു. അവ ഉപയോഗിച്ച് അദ്ദേഹം ഭൗമോപരിതലത്തിലെ വായു മർദ്ദവും ഊഷ്മാവും അളന്നു. അന്തരീക്ഷസ്ഥിതിയെക്കുറിച്ചുള്ള പഠനത്തിനായി നടത്തിയ ആദ്യ ബലൂൺ യാത്രകൂടിയായിരുന്നു അത്. ബലൂണിൽ മനുഷ്യന്റെ ആദ്യ ആകാശയാത്ര. ആകാശയാത്രയിലൂടെ അന്തരീക്ഷസ്ഥിതിയെക്കുറിച്ചുള്ള ആദ്യപഠനം. രണ്ട് സംഭവങ്ങളും അങ്ങനെ ശാസ്ത്രചരിത്രത്തിൽ ഇടം നേടി. പ്രതിസന്ധികളെ തരണം ചെയ്തുകൊണ്ട് പ്രപഞ്ചത്തെ കൂടുതൽ കൂടുതൽ അറിയാനുള്ള മനുഷ്യന്റെ വാഞ്ഛയെ ഞാൻ അഭിനന്ദിക്കുന്നു. ഈ പരീക്ഷണങ്ങളിലെല്ലാംതന്നെ എന്നെ വേണ്ടവിധം പ്രയോജനപ്പെടുത്തിയതിൽ എനിക്ക് നന്ദിയുണ്ട്.

ലവോസിയ എന്റെ ലവോസിയ

ആയിരത്തി എഴുന്നൂറ്റി എമ്പത്തൊമ്പതു മുതൽ 1799 വരെ പത്ത് വർഷം നീണ്ടുനിന്ന ഫ്രഞ്ച് വിപ്ലവം. ഫ്രഞ്ച് വിപ്ലവത്തിന്റെ 1793-1794 കാലഘട്ടം. രക്തരൂഷിതമായ ഈ കാലഘട്ടത്തെ വിശേഷിപ്പിക്കുന്നത് ഭീകരവാഴ്ച (Reign of Terror) എന്നാണ്. അക്കാലത്ത് നടന്ന ഒരു കഥ ഞാൻ പറയട്ടെ. ഫ്രഞ്ച് വിപ്ലവത്തിന്റെ പ്രധാന കാരണങ്ങളിലൊന്ന് രാജ്യം നേരിട്ട കടക്കെണിയായിരുന്നു. രാജ്യത്തെ ഇടത്തരക്കാരും കർഷകരും, പട്ടിണിപ്പാവങ്ങളും, ചിന്തകന്മാരുമൊക്കെ വിപ്ലവത്തിൽ പങ്കുചേർന്നു. രാജവാഴ്ചയ്ക്കും, ഭൂഉടമകൾക്കും എതിരെയാണ് വിപ്ലവം നടന്നത്. കുലീനന്മാർ ഒഴിച്ച് മറ്റുള്ളവരെല്ലാം നികുതി നല്കണമായിരുന്നു.

ആധുനിക രസതന്ത്രത്തിന്റെ പിതാവ് എന്നറിയപ്പെടുന്ന ആന്റോയിൻ ലവോസിയ (Antoine Lavoisier)കുറിച്ചുള്ള കഥയാണ് ഞാൻ പറയാൻ പോകുന്നത്. ഫ്രാൻസിലെ പാരീസിൽ 1743 ആഗസ്ത് 26 നാണ് അദ്ദേഹം ജനിച്ചത്.

ലവോസിയ കുലീനനായിരുന്നുവെങ്കിലും അദ്ദേഹം ഫ്രഞ്ചു വിപ്ലവത്തെ പിന്തുണച്ചു. ഭരണകൂടത്തിനുവേണ്ടി ജനങ്ങളിൽനിന്നും നികുതി പിരിച്ചെടുക്കുന്ന ഒരു സ്വകാര്യ കമ്പനിയുടെ ഭരണസമിതിയിൽ അദ്ദേഹം അംഗമായിരുന്നു. അതിലെ

നിക്ഷേപകനുമായിരുന്നു അദ്ദേഹം. ജനങ്ങൾ ഏറ്റവുമധികം വെറുത്തിരുന്ന കമ്പനിയായിരുന്നു അത്. നേരില്ലാത്ത ഫ്രഞ്ച് നികുതി വ്യവസ്ഥയെ അഴിമതി വിമുക്തമാക്കാൻ കമ്പനിയുടെ ഭരണസമിതി അംഗം എന്ന നിലയിൽ അദ്ദേഹം കഴിവിനുമപ്പുറം ശ്രമിച്ചിരുന്നു.

കമ്പനിയുടെ ലാഭവിഹിതമായി അദ്ദേഹത്തിന് ലഭിച്ചിരുന്ന തുക മുഴുവൻ ഗവേഷണപ്രവർത്തനങ്ങൾക്കുവേണ്ടി വിനിയോഗിച്ചു. നല്ലൊരു മനുഷ്യസ്നേഹിയായിരുന്നു ലവോസിയ. അതുകൊണ്ട് തന്നെ ബൗദ്ധികമായും, രാഷ്ട്രീയമായും, സാമൂഹ്യമായും അദ്ദേഹം ഫ്രഞ്ച് വിപ്ലവത്തിൽ പങ്കെടുത്തു. ഫ്രഞ്ച് വിപ്ലവത്തിന്റെ ഭീകരവാഴ്ചഘട്ടത്തിൽ വിപ്ലവ നായകരുടെ കൂട്ടത്തിൽ ഒരാളുണ്ടായിരുന്നു ജീൻ പോൾ മാരറ്റ് (Jean-Paul Marat) അതായിരുന്നു അദ്ദേഹത്തിന്റെ പേര്. അദ്ദേഹത്തിന് ലവോസിയയോട് വലിയ നീരസമായിരുന്നു. ഫ്രാൻസിലെ സയൻസ് അക്കാദമിയുടെ ചുമതല ലവോസിയക്കായിരുന്നു. ജീൻ പോൾ മാരറ്റ് അതിലെ അംഗമാകാൻ ആഗ്രഹിച്ചിരുന്നു. അതിൽ അംഗമാകണമെങ്കിൽ ഗവേഷണപ്രബന്ധം വേണമായിരുന്നു. മാരറ്റ് തയ്യാറാക്കിയ പ്രബന്ധം വായിച്ചു നോക്കിയ ലവോസിയക്ക് അത് തൃപ്തികരമായി തോന്നിയില്ല. അതിലെ അപാകതകൾ അദ്ദേഹം ചൂണ്ടിക്കാണിച്ചു. ഇതായിരുന്നു മാരറ്റിന് ലവോസിയയോടുള്ള നീരസത്തിനു കാരണം.

പ്രതികാരത്തിനായി കാത്തിരുന്ന മാരറ്റ് ഭീകരവാഴ്ച കൊടികുത്തിവാണ സമയം അതിനായി തെരഞ്ഞെടുത്തു. ലവോസിയയെ ഇല്ലാതാക്കാൻ അദ്ദേഹം തീരുമാനിച്ചു. 1793 ൽ ഫ്രഞ്ച് സയൻസ് അക്കാദമിയും മറ്റ് അക്കാദമിക കേന്ദ്രങ്ങളും നിരോധിച്ചു. നികുതിപിരിക്കുന്ന സ്വകാര്യ കമ്പനിയെ ജനങ്ങളുടെ രക്തമൂറ്റിക്കുടിക്കുന്ന കമ്പനിയായി ചിത്രീകരിച്ചു. ലവോസിയയെ രാജ്യദ്രോഹിയായി മാരറ്റ് മുദ്രകുത്തി. മാരറ്റ് കൊല്ലപ്പെട്ടുവെങ്കിലും വിപ്ലവനായകന്മാർ ലവോസിയയെയും സഹപ്രവർത്തകരെയും ജയിലിലടച്ചു.

1794 മെയ് എട്ടിന് രാവിലെ ഫ്രഞ്ച് വിപ്ലവട്രിബ്യൂണൽ ലവോസിയയെ വിചാരണ ചെയ്തു. ഫ്രാൻസിലെ ജനതയ്ക്കെതിരെ ഗൂഢാലോചന നടത്തിയ മുഖ്യപ്രതിയെന്ന കുറ്റം അദ്ദേഹത്തിനുമേൽ കോടതി ചുമത്തി. ലവോസിയയും അദ്ദേഹത്തിന്റെ സഹപ്രവർത്തകരായ ശാസ്ത്രജ്ഞന്മാരും പുനർവിചാരണ ആവശ്യപ്പെട്ടു. 'ഞാൻ നിരപരാധിയാണ്' എന്നദ്ദേഹം അപേക്ഷിച്ചു. 'ലവോസിയ , മഹാനായ ശാസ്ത്രജ്ഞനാണ്. അദ്ദേഹത്തെ വിട്ടയക്കണം.' ശാസ്ത്രജ്ഞന്മാർ കോടതിയോട് അപേക്ഷിച്ചു. പക്ഷേ, കോടതി അപേക്ഷ ചെവികൊണ്ടില്ല. ജഡ്ജി വിധിച്ചു. 'വിപ്ലവഫ്രാൻസിന് ശാസ്ത്രജ്ഞന്മാരെ ആവശ്യമില്ല. ലവോസിയയുടെ ശിരസ്സ് ഛേദിക്കുവാൻ ഉത്തരവിടുന്നു.' അങ്ങനെ 1794 മെയ് എട്ടിന് ഉച്ചയ്ക്ക് അദ്ദേഹത്തെയും സഹപ്രവർത്തകരെയും ശിരച്ഛേദനി യന്ത്ര (Guillotine) ത്തിലേക്ക് കൊണ്ടുപോയി ക്രൂരമായ ആ വിധി നടപ്പിലാക്കി. ശാസ്ത്രലോകം ഞെട്ടിവിറച്ചു. തൊട്ടടുത്ത ദിവസം അന്നത്തെ പ്രശസ്തഗണിതശാസ്ത്രജ്ഞനായ ജോസഫ് ലൂയിസ് ലാഗ്രാഞ്ച് (Joseph-Louise Lagrange) ശാസ്ത്രസദസ്സിനെ അഭിസംബോധന ചെയ്തുകൊണ്ട് ഇങ്ങനെ പറഞ്ഞു.

"ആ ശിരസ്സ് ഛേദിക്കുവാനെടുത്തത് ഒരു നിമിഷം മാത്രം. പക്ഷേ, ഫ്രാൻസിന് ഇങ്ങനെ മറ്റൊരു തല ഒരു നൂറ്റാണ്ടുകൊണ്ട് സൃഷ്ടിക്കാനാവില്ല."

ഫ്രഞ്ച് വിപ്ലവം അവസാനിച്ചു. പുതുതായി വന്ന ബൂർഷാ സർക്കാർ ലവോസിയയെ കുറ്റവിമുക്തനാക്കി. പിടിച്ചെടുത്ത സമ്പത്തുകൾ മുഴുവൻ ലവോസിയയുടെ ഭാര്യക്ക് തിരിച്ച് കൊടുത്തു. കൂട്ടത്തിൽ ഒരു സർട്ടിഫിക്കറ്റും. അതിൽ ഇങ്ങനെ രേഖപ്പെടുത്തിയിരുന്നു.

"ലവോസിയ തെറ്റായി ചിത്രീകരിക്കപ്പെട്ട് വധിക്കപ്പെട്ടയാൾ. അദ്ദേഹം നിരപരാധിയാണ്",

ലവോസിയയുടെ അരുംകൊല ഫ്രഞ്ച്ശാസ്ത്രത്തിന്റെ കുതിപ്പിനെ പിറകോട്ടടിച്ചു. ഫ്രഞ്ച് ശാസ്ത്രത്തിന് ആ ഞെട്ടലിൽ

നിന്നുയരാൻ പെട്ടെന്നൊന്നും കഴിഞ്ഞില്ല. കുറച്ച് വർഷങ്ങൾക്കുശേഷം ഫ്രാൻസിലെ പാരീസ് മ്യൂസിയത്തിൽ നടന്ന ഒരു സെമിനാറിൽ ഇന്ത്യൻ സമൂഹത്തിലെ ജാതിവ്യവസ്ഥയെക്കുറിച്ച് സംസാരിക്കാൻ ഫ്രാൻസിലെ പ്രശസ്ത പരിസ്ഥിതിപ്രവർത്തകൻ ബെർണാഡ് ജർമെൻ ലാസ്പെഡ് (Bernard Germain Lacepede) എത്തി. പക്ഷേ, അദ്ദേഹം ജാതിവ്യവസ്ഥയെക്കുറിച്ച് പറഞ്ഞില്ല. ലവോസിയയെക്കുറിച്ചാണ് പറഞ്ഞത്. ലവോസിയയെക്കുറിച്ച് ലാഗ്രാഞ്ച പറഞ്ഞകാര്യങ്ങൾ സദസ്സിനെ ഓർമ്മപ്പെടുത്തിക്കൊണ്ട് ലാസ്പെഡ് ഇങ്ങനെ പറഞ്ഞു.

"ശാസ്ത്രമെന്ന വൃക്ഷത്തെ പരിപാലിച്ച് വളർത്താൻ നൂറ്റാണ്ടുകൾ വേണ്ടിവരും. എന്നാൽ വിനാശത്തിന്റെ മഴുവിൽ നിന്നുള്ള ഒരു പ്രഹരം മതി ആ വൃക്ഷത്തെ വിച്ഛേദിക്കാൻ."

അദ്ദേഹത്തിന്റെ മനസ്സിൽ നിറഞ്ഞുനിന്നത് ഫ്രഞ്ച് വിപ്ലവത്തിന്റെ നിഷ്ഠുര മുഖമായിരുന്നു.

സമത്വം, സ്വാതന്ത്ര്യം, സാഹോദര്യം എന്നിങ്ങനെ മാനവികത ഉയർത്തിപ്പിടിച്ച മുദ്രാവാക്യങ്ങൾ ലോകമാകെ മുഴങ്ങിക്കേട്ടു. ഫ്രാൻസിൽ ആ മുദ്രാവാക്യങ്ങൾ മുഴക്കിയ ചിന്തകന്മാർക്ക് ഭീകരവാഴ്ച കാലഘട്ടത്തിൽ എന്താണ് സംഭവിച്ചത്? അവർ ആട്ടിയോടിക്കപ്പെട്ടു. ലവോസിയയെപ്പോലെയുള്ള എത്ര എത്ര നിരപരാധികളെയാണ് ശിരച്ഛേദനി യന്ത്രം ഉപയോഗിച്ച് കൊന്നൊടുക്കിയത്. ഫ്രഞ്ച് ട്രഷറിയിൽനിന്നും പണം മോഷ്ടിച്ച് ഫ്രാൻസിന്റെ ശത്രുക്കൾക്ക് നല്കി എന്ന കുറ്റവും ഫ്രഞ്ച് വിപ്ലവനായകർ അദ്ദേഹത്തിന്റെ പേരിൽ ആരോപിച്ചു. വിദേശരാജ്യങ്ങളിലെ ശാസ്ത്രജ്ഞന്മാർ ലവോസിയയുടെ സുഹൃത്തുക്കളായിരുന്നു. വിപ്ലവനായകർക്ക് ഫ്രാൻസിലെ വിദേശ ശാസ്ത്രജ്ഞന്മാരെ ഇഷ്ടമില്ലായിരുന്നു. അവരുടെ സമ്പാദ്യം മുഴുവൻ കണ്ടുകെട്ടാൻ വിപ്ലവനായകർ തീരുമാനമെടുത്തു. ലവോസിയ വിദേശ ശാസ്ത്രജ്ഞന്മാരോടൊപ്പമായിരുന്നു. അവരുടെ സമ്പാദ്യം കണ്ടുകെട്ടുന്നതിനെ ലവോസിയ അനുകൂലിച്ചില്ല.

എനിക്കൊന്നും തന്നെ ചെയ്യാൻ കഴിഞ്ഞിരുന്നില്ല. എല്ലാം നോക്കി നില്ക്കാനേ കഴിഞ്ഞിരുന്നുള്ളൂ. കണ്ണുനീർ പൊഴിക്കാനേ കഴിഞ്ഞുള്ളൂ. എന്നും ഞാൻ ലവോസിയയെ ഓർക്കും. ശാസ്ത്രലോകം എന്നെന്നും അദ്ദേഹത്തെ ഓർക്കും. ലവോസിയ എനിക്ക് പ്രിയപ്പെട്ടവനാണ്. എന്തുകൊണ്ട് എനിക്ക് പ്രിയപ്പെട്ടവനായി. ആ കഥയും ഞാൻ പറയാം.

ലവോസിയ ആധുനിക രസതന്ത്രത്തിന്റെ പിതാവ്

ലവോസിയ എനിക്ക് ഏറ്റവും പ്രിയപ്പെട്ടവനാണ്. എന്റെ പ്രിയപ്പെട്ട ലവോസിയ അറിയപ്പെടുന്നത് ആധുനിക രസതന്ത്രത്തിന്റെ പിതാവ് എന്ന പേരിലാണ്. എന്താണതിന് കാരണം? നമുക്ക് നോക്കാം.

1774 ലെ ഒരു സായാഹ്നം. ലവോസിയ ഫ്രഞ്ച് സയൻസ് അക്കാദമിയിലെ സദസ്സിനെ നോക്കി പറയുകയാണ്.

“ഒന്നും നഷ്ടപ്പെടുന്നില്ല, ഒന്നും സൃഷ്ടിക്കപ്പെടുന്നില്ല, എല്ലാം മറ്റൊന്നായി പരിവർത്തനം ചെയ്യപ്പെടുകയാണ്.” തന്റെ ഗവേഷണഫലങ്ങളെ ക്രോഡീകരിച്ചുകൊണ്ട് താൻ കണ്ടെത്തിയ രസതന്ത്രത്തിലെ സുപ്രധാന നിയമങ്ങളിലൊന്നായ ‘മാസ് സംരക്ഷണ നിയമം’ (Law of Conservation of Mass) പ്രസ്താവിക്കാൻ തുടങ്ങുകയാണദ്ദേഹം.

“ഒരു രാസപ്രവർത്തനത്തിൽ ദ്രവ്യത്തിന്റെ അവസ്ഥയ്ക്ക് മാറ്റം വരുമെങ്കിലും അഭികാരകങ്ങളുടെ ആകെ മാസും രാസപ്രവർത്തനത്തിന്റെ അവസാനം ലഭിക്കുന്ന ഉല്പന്നങ്ങളുടെ ആകെ മാസും തുല്യമായിരിക്കും. ”

“ദ്രവ്യത്തെ നിർമ്മിക്കുവാനോ നശിപ്പിക്കുവാനോ കഴിയില്ല. ഒരു രൂപത്തിലുള്ള ദ്രവ്യത്തെ മറ്റൊരു രൂപത്തിലേക്ക് മാറ്റാനേ കഴിയുകയുള്ളൂ.”

സദസ്സിൽ നിലയ്ക്കാത്ത കയ്യടി.

അളവും തൂക്കവും

രസതന്ത്രപഠനത്തിൽ അളവും തൂക്കവും ചിട്ടയോടുകൂടി അല്ലെങ്കിൽ വ്യവസ്ഥാനുസൃതം ഉപയോഗിക്കണം എന്ന കാഴ്ച പ്പാടുള്ള ശാസ്ത്രജ്ഞനായിരുന്നു ലവോസിയ. അതു കൊണ്ടുതന്നെ രാസപഠനങ്ങളിൽ അദ്ദേഹം പദാർത്ഥങ്ങളുടെ ഗുണത്തോടൊപ്പം അവയുടെ അളവും കണക്കിലെടുത്തിരുന്നു. രസതന്ത്രത്തിൽ 'രാസതുലാസ്' (Chemical balance) വ്യവസ്ഥാ പിതമാക്കാൻ അദ്ദേഹം ശ്രമിച്ചിരുന്നു. രസതന്ത്രത്തിൽ അളവ് സമ്പ്രദായം (Metric System) ആവിഷ്കരിക്കുന്നതിന് അദ്ദേഹം ശ്രമിച്ചു. അദ്ദേഹം നടത്തിയ പരീക്ഷണം എന്താണെന്നറിയണ്ടേ? ഗ്ലാസ് ഉപകരണത്തിൽ അഭികാരകങ്ങളെടുത്ത് മാസ് അളന്നു. തുടർന്നു ഉപകരണം സീൽ ചെയ്ത് രാസപ്രവർത്തനത്തിന് സാഹചര്യമൊരുക്കി. വാതക രൂപത്തിലുള്ള ഉല്പന്നങ്ങൾ പുറ ത്തുപോകാതിരിക്കാനാണ് അദ്ദേഹം ഉപകരണം സീൽ ചെയ്ത ത്. രാസപ്രവർത്തനം അവസാനിച്ചപ്പോൾ ലഭിച്ച ഉല്പന്ന ങ്ങളുടെ മാസും അളന്നു. പല പദാർത്ഥങ്ങൾ എടുത്തു പരീ ക്ഷണം നടത്തി. ഫലം ഒന്നുതന്നെ. ഇതാണ് രസതന്ത്രത്തിന്റെ കുതിപ്പിന് അടിത്തറ പാകിയ മാസ് സംരക്ഷണ നിയമം കണ്ടെ ത്തുന്നതിന് വഴിയൊരുക്കിയത്. രസതന്ത്രചരിത്രത്തിൽ അളവ് തിട്ടപ്പെടുത്തി നടത്തിയ ആദ്യ പരീക്ഷണമായിരുന്നു. അങ്ങനെ ലവോസിയ രാസപ്രവർത്തനങ്ങളിൽഅഭികാരകങ്ങളുടെയും ഉല്പന്നങ്ങളുടെയും ആപേക്ഷിക അളവുകളുടെ ഗണന (Stoichiometry) ത്തിനു വഴിതെളിച്ച പ്രഥമ ശാസ്ത്രജ്ഞനായി മാറി.

ലവോസിയയും ഓക്സിജനും

ജോസഫ് പ്രീസ്റ്റിലിയുടെയും കാവൻഡിഷിന്റെയും പരീ ക്ഷണങ്ങൾ നല്കിയ അടിത്തറയിലാണ് ലവോസിയ തന്റെ പരീ ക്ഷണങ്ങൾ കെട്ടിപ്പൊക്കിയത്. പരീക്ഷണം, നിരീക്ഷണം, അപ ഗ്രഥനം തുടങ്ങിയ വിവിധ ഘട്ടങ്ങൾ സ്വീകരിച്ചു കൊണ്ടാണ്

അവർ പരീക്ഷണങ്ങളിൽ ഏർപ്പെട്ടത്. 1774 ൽ പ്രീസ്റ്റിലിയാണ് ഓക്സിജനെ കണ്ടെത്തിയത്. പക്ഷേ, 1778 ൽ ഓക്സിജനെ വേർതിരിച്ചെടുത്തതും ആ പേര് നല്കിയതും ലവോസിയയായിരുന്നു. ഓക്സിജൻ എന്നാൽ ആസിഡ് ഉല്പാദകൻ (Acid Producer) എന്ന അർത്ഥമാണ്. എല്ലാ ആസിഡുകളിലും ഓക്സിജൻ ഉണ്ടെന്ന് ലവോസിയ വിശ്വസിച്ചു. 1778 ൽ സിൽക്കോൺ എന്ന ഒരു മൂലകത്തെക്കുറിച്ചും അദ്ദേഹം പ്രവചിച്ചു. അതുപോലെ 1783 ൽ എന്നെ വേർതിരിച്ചെടുത്തതും എനിക്കു ഹൈഡ്രജൻ എന്ന പേര് നിർമ്മിച്ച് നല്കിയതും ലവോസിയയായിരുന്നുവെന്ന് നിങ്ങൾക്കറിയാം. വായുവിന്റെ ഘടന അദ്ദേഹം പഠിച്ചു. വായുവിൽ 75% നൈട്രജനും 21% ഓക്സിജനും മറ്റ് വാതകങ്ങൾ 1% വും ഉണ്ടെന്ന് കണ്ടെത്തി.

ജലത്തിന്റെ ഘടകങ്ങൾ

1783 ൽ സുപ്രധാനമായ മറ്റൊരു പരീക്ഷണം അദ്ദേഹം നടത്തി. എനിക്ക് ഓക്സിജനോട് വലിയ സ്നേഹമാണെന്ന് നിങ്ങൾക്കറിയാമല്ലോ. അദ്ദേഹം എന്നെ ഓക്സിജനിൽ കത്തിച്ചു. ഞാനും ഓക്സിജനും സംയോജിച്ച് ജലമായിമാറി. അന്നുവരെ ജലത്തെ ഒരു മൂലകമായിട്ടാണ് പരിഗണിച്ചിരുന്നത്. ജലം ഒരു മൂലകമല്ലെന്നും അതിലെ ഘടകങ്ങൾ ഹൈഡ്രജനും ഓക്സിജനുമാണെന്നും അവ സംയോജിച്ചാൽ ജലമുണ്ടാകുമെന്നും ലവോസിയ തെളിയിച്ചു.

ജ്വലനത്തിന് ഉത്തരം

എന്താണ് ജ്വലനം? ഒരു വസ്തു കത്തുമ്പോൾ എന്താണ് സംഭവിക്കുന്നത്? എന്നിങ്ങനെയുള്ള ചോദ്യങ്ങൾക്കുത്തരം നിങ്ങൾ പറയുമെന്നെനിക്കറിയാം. എന്നാൽ 1783 ന് മുമ്പുവരെ അന്നത്തെ ശാസ്ത്രജ്ഞന്മാർ നിങ്ങൾ പറയുന്ന ഉത്തരമല്ലായിരുന്നു പറഞ്ഞു നടന്നിരുന്നത്. ജ്വലനത്തിന് അവർ നല്കിയിരുന്ന ഉത്തരം എന്തായിരുന്നുവെന്ന് നമുക്ക് പരിശോധിക്കാം.

ഫ്ളോജിസ്റ്റോൺ (Phlogiston) എന്ന ഘടകം ചില പദാർത്ഥങ്ങളിൽ അടങ്ങിയിരിക്കുന്നു ഇതാണ് കത്തുവാൻ

സഹായിക്കുന്നത്. ഇതായിരുന്നു അന്നത്തെ വിശ്വാസം. ഒരു മെഴുകുതിരി കത്തുമ്പോൾ അതിലെ ഫ്ളോജിസ്റ്റോൺ ജ്വാലയുണ്ടാക്കുന്നു. മെഴുകുതിരിയിലെ ഫ്ളോജിസ്റ്റോൺ അങ്ങനെ വായുവിൽ വ്യാപിക്കുന്നു. ഫ്ളോജിസ്റ്റോൺ തീരുമ്പോൾ ജ്വാല കെടും. ജീവികൾ ശ്വസിക്കുന്നത് ഫ്ളോജിസ്റ്റോൺ പുറത്തുവിടാനാണെന്നും ധരിച്ചിരുന്നു. ജ്വലനവുമായി ബന്ധപ്പെട്ട് അന്ന് നിലനിന്നിരുന്ന ഈ സിദ്ധാന്തം ഫ്ളോജിസ്റ്റോൺ സിദ്ധാന്തം (Phlogiston theory) എന്നറിയപ്പെട്ടിരുന്നു.

ജ്വലനവുമായി ബന്ധപ്പെട്ട് ലവോസിയ നടത്തിയ പരീക്ഷണങ്ങൾ വഴിതുറന്നത് ഓക്സിജൻ സിദ്ധാന്തത്തി (Oxygen theory) ലേക്കാണ്. ഓക്സിജൻ സിദ്ധാന്തത്തിലൂടെ ജ്വലനത്തെ അദ്ദേഹം വിശദീകരിച്ചു. ഒരു വസ്തു ജ്വലിക്കുമ്പോൾ വായുവിലെ ഓക്സിജനുമായി സംയോജിക്കുകയാണ് ചെയ്യുന്നത്. ഓക്സിജന്റെ അസാന്നിദ്ധ്യത്തിൽ ജ്വലനം സാദ്ധ്യമല്ല എന്നും അദ്ദേഹം തെളിയിച്ചു.

“ഫ്ളോജിസ്റ്റോൺ വെറും സങ്കല്പം മാത്രമാണ്. അങ്ങനെയൊന്നില്ല. രസതന്ത്രത്തെ അതിന്റെ കർശനചിന്താരീതിയിലേക്ക് കൊണ്ടുവരേണ്ടതിന്റെ കാലം വന്നിരിക്കുന്നു. എന്താണ് നിരീക്ഷണവും വസ്തുതയും? എന്താണ് സങ്കല്പനം? നിരീക്ഷണവും വസ്തുതയും സങ്കല്പനത്തിൽനിന്നും വേറിട്ട് കാണണം.” അദ്ദേഹം പറഞ്ഞു. അങ്ങനെ ഫ്ളോജിസ്റ്റൺ സിദ്ധാന്തം നിരാകരിക്കപ്പെട്ടു.

ദ്രവ്യങ്ങളുടെ രൂപമാറ്റം

ദ്രവ്യത്തെ ഒരു രൂപത്തിൽനിന്നും മറ്റൊരു രൂപത്തിലേക്ക് മാറുന്നതിനുള്ള ധാരാളം തെളിവുകൾ ശാസ്ത്ര ലോകത്തിന് കാണിച്ചുകൊടുത്തു. മിശ്രിതങ്ങളിൽനിന്നും ഘടകങ്ങളേയും ഘടകങ്ങൾ ചേർത്ത് മിശ്രിതങ്ങളും അദ്ദേഹം ഉണ്ടാക്കി. അന്ന് ശുദ്ധപദാർത്ഥങ്ങളെന്നു പരിഗണിച്ചിരുന്ന പദാർത്ഥങ്ങളെ അദ്ദേഹം വിഘടിപ്പിച്ചു. ഇങ്ങനെയൊക്കെ സംഭവിക്കുമ്പോൾ ആകെ മാസിന് മാറ്റമൊന്നും വരുന്നില്ല. മാസ് സ്ഥിരമായിരി

ക്കും. പ്രകൃതിദത്ത മൂലകങ്ങൾ ഭൂമിയിലെ ഉപരിതലത്തിലെ സാധാരണസ്ഥിതികളിൽ സ്ഥിരതയുള്ളതായിരിക്കും. പർവ്വതങ്ങളുടെ ഉച്ചാം തലയിലായാലും സമുദ്രത്തിനടിത്തട്ടിലായാലും ഒരു മൂലകത്തിന്റെ ആറ്റങ്ങൾ മറ്റൊരുമൂലകമായി മാറില്ല. എവിടെയായാലും ഒരു മൂലകത്തിന് ഒരേയിനം ആറ്റങ്ങളായിരിക്കും ഉണ്ടാകുക. എന്നാൽ അവ സംയുക്തങ്ങളായി മാറാം. നക്ഷത്രങ്ങളിൽ മാത്രമാണ് ആറ്റങ്ങൾ മറ്റൊരു മൂലകമായി മാറുന്നത്. എന്നാൽ മൂലകങ്ങൾക്ക് രൂപാന്തരങ്ങൾ (Alltorope) ഉണ്ടാകാമെന്ന് അദ്ദേഹം സമർത്ഥിച്ചു. ഡയമണ്ട് കാർബണിന്റെ രൂപാന്തരമാണെന്ന് അദ്ദേഹം കണ്ടെത്തി. 1777 വരെ സൾഫറിനെ ഒരു സംയുക്തമായിട്ടാണ് കണ്ടിരുന്നത്. ലവോസിയ അത് മൂലകമാണെന്ന് സ്ഥിരീകരിച്ചു.

ശ്വസനപ്രക്രിയയ്ക്ക് വിശദീകരണം

ഒരു രസതന്ത്രജ്ഞൻ മാത്രമായിരുന്നില്ല ലവോസിയ. ഒരു തികഞ്ഞ ജീവശാസ്ത്രകാരനും കൂടിയായിരുന്നു അദ്ദേഹം. 1784 നു മുമ്പുവരെ കരുതിയിരുന്നത് ഫ്ളോജിസ്റ്റോൺ പുറന്തള്ളാനായിരുന്നു ശ്വസനപ്രക്രിയ എന്നായിരുന്നു. ലവോസിയ അതു തിരുത്തിയെഴുതി.

“ശ്വസനം എന്നത് ഓക്സിജനെ സ്വീകരിക്കുകയും കാർബൺഡൈ ഓക്സൈഡിനെ പുറന്തള്ളുകയും ചെയ്യുന്ന പ്രക്രിയയാണ്.” തെളിവുകളുടെ അടിസ്ഥാനത്തിൽ അദ്ദേഹം സമർത്ഥിച്ചു. തന്റെ സുഹൃത്ത് പിയറി സൈമൺ ലാപ്ളെസ് (Pierre Simon Laplace) മായി ചേർന്ന് ഗിനിപ്പന്നിയിൽ നടത്തിയ പരീക്ഷണ ഫലമാണ് അദ്ദേഹം പ്രസ്താവിച്ചത്. ഗിനിപന്നിയുടെ ശ്വസനപ്രക്രിയ രണ്ടുപേരും ചേർന്ന് അപഗ്രഥന വിധേയമാക്കി. ജ്വലനവും ശ്വസനവും തമ്മിലുള്ള ബന്ധം പരിശോധനാവിധേയമാക്കി. പരീക്ഷണത്തിനൊടുവിൽ അദ്ദേഹം എത്തിച്ചേർന്ന നിഗമനമെന്തായിരുന്നെന്നോ?

“ശ്വസന പ്രക്രിയയിലെ വാതക വിനിമയത്തിനു കാരണം ഒരു ജ്വലനം തന്നെയാണ്. ഒരു മെഴുകുതിരി കത്തും പോലെ. ”

ശ്വാസകോശങ്ങളിൽ വച്ച് ഓക്സിജൻ സ്വീകരിച്ചുകൊണ്ട് തുടർച്ചയായി നടക്കുന്ന ജ്വലനത്തിൽ കാർബൺഡൈ ഓക്സൈഡ് ഉണ്ടാകുന്നു. ഇങ്ങനെ നടക്കുന്ന ജ്വലനമാണ് മൃഗങ്ങൾക്ക് ശരീരോഷ്മാവ് നിലനിർത്തുവാൻ സഹായിക്കുന്നതെന്ന് അദ്ദേഹം വിശദീകരിച്ചു. ശ്വാസകോശങ്ങളിൽ വച്ച് നടക്കുന്ന ജ്വലനം സാവധാനം നടക്കുന്ന പ്രക്രിയയാണ്. തന്റെ പരീക്ഷണം പൂർത്തീകരിക്കുവാൻ അദ്ദേഹത്തിന് കഴിഞ്ഞില്ല. ഫ്രഞ്ച് വിപ്ലവം തടസ്സമായി. എങ്കിലും ലവോസിയ മുന്നിൽ നിന്നു നയിച്ച ആ പരീക്ഷണങ്ങൾ പില്ക്കാലത്ത് ശരീരശാസ്ത്രപരമായ പ്രക്രിയ (Physiological Process) പഠിക്കുന്ന ശാസ്ത്രകാരന്മാർക്ക് വഴികാട്ടിയായി.

രാസനാമകരണ സമ്പ്രദായം

ലവോസിയ തന്റെ അടുത്ത സുഹൃത്തുക്കളായ മൂന്ന് ഫ്രഞ്ച് ശാസ്ത്രജ്ഞന്മാരെ ലാബിലേക്ക് ക്ഷണിച്ചു വരുത്തി. വെറുതെ ക്ഷണിച്ചു വരുത്തിയതല്ല. രസതന്ത്ര ചർച്ചയ്ക്ക് ക്ഷണിച്ചതാണ്. രസതന്ത്രഭാഷയെക്കുറിച്ചായിരുന്നു ചർച്ച. ചർച്ചയ്ക്കൊടുവിൽ അവർ ഒരു തീരുമാനമെടുത്തു. അന്നുവരെ ഉണ്ടായിരുന്ന രസതന്ത്രഭാഷ പരിഷ്കരിക്കുക.

“രസതന്ത്രത്തിന്റെ പുരോഗതിക്ക് കാലതാമസം വരുന്ന എല്ലാ തടസ്സങ്ങളും ഒഴിവാക്കേണ്ട സമയം അതിക്രമിച്ചിരിക്കുന്നു. ” അവർ ഏകകണ്ഠമായി അഭിപ്രായപ്പെട്ടു. പദാർത്ഥങ്ങൾക്ക് രാസനാമം നല്കുന്നതിന് ഭദ്രമായ ഒരു സമ്പ്രദായം ആവിഷ്കരിക്കണം. അങ്ങനെ ഇന്ന് ശാസ്ത്രലോകം സ്വീകരിച്ചിട്ടുള്ള രാസനാമ സമ്പ്രദായത്തിന് അദ്ദേഹം തുടക്കംകുറിച്ചു.

“പുതിയ രാസനാമ സമ്പ്രദായം ശരിയായ തത്ത്വങ്ങളെ അടിസ്ഥാനമാക്കി നടപ്പിലാക്കണം. അങ്ങനെ ആയാൽ ഭാവിയിൽ ശാസ്ത്രജ്ഞന്മാർ അതുതന്നെ പിന്തുടർന്നുകൊള്ളും.” ലവോസിയ പറഞ്ഞു.

രാസനാമങ്ങൾ

അന്നറിയപ്പെടുന്ന പദാർത്ഥങ്ങളുടെയും മൂലകങ്ങളുടെയും പേരുകൾ പരിശോധിച്ചു. ലോഹങ്ങൾക്ക് പഴയപേരുകൾ നില നിർത്താൻ തീരുമാനിച്ചു. മൂലകങ്ങൾ പ്രവർത്തിച്ചുണ്ടാകുന്ന സംയുക്തങ്ങൾക്ക് അതിന്റെ ഘടനയെ സൂചിപ്പിക്കുന്ന പേര് നല്കാൻ തീരുമാനിച്ചു. ഒരു ലോഹവും ഓക്സിജനും ചേർന്നു ണ്ടാകുന്ന സംയുക്തത്തെ 'കാൽസ്' (calx) എന്നാണ് വിളിക്കു ന്നത്. ഉദാഹരണത്തിന് സിങ്കും ഓക്സിജനും ചേർന്നുണ്ടാകുന്ന പദാർത്ഥത്തിന് സിങ്ക് കാൽസ് എന്ന് വിളിച്ചിരുന്നു. ലവോസി യയും സുഹൃത്തുക്കളും ചേർന്ന് അതിന് സിങ്ക് ഓക്സൈഡ് (Zinc Oxide) എന്ന പേരിട്ടു. അന്നറിയപ്പെട്ടിരുന്ന ആസിഡു കളെ വിവിധ മൂലകങ്ങളുടെ ഓക്സൈഡുകളായിട്ടാണ് പരിഗ ണിച്ചിരുന്നത്. അവയ്ക്ക് പേരിടാനും അദ്ദേഹം ശ്രമിച്ചു. ഓക്സീകരണത്തിന്റെ തോതനുസരിച്ച് പേരിട്ടു. ഉദാഹരണ ത്തിന് സൾഫറിന്റെ ഓക്സൈഡുകളായ ആസിഡുകളെ സൾഫ്യൂരിക് ആസിഡ് എന്നും സൾഫ്യൂറസ് ആസിഡ് എന്നും പേരിട്ടു വിളിച്ചു. ഫോസ്ഫറസിന്റെ ഓക്സൈഡുകളായ ആസി ഡുകളെ ഫോസ്ഫോറസ് ആസിഡ്, ഫോസ്ഫോറിക് ആസിഡ് എന്നിങ്ങനെ വിളിച്ചു. അങ്ങനെയെങ്കിൽ നൈട്രജന്റെ ഓക്സൈ ഡുകളായ ആസിഡുകൾക്ക് എന്ത് പേര് നല്കിക്കാണും? നിങ്ങൾ ആലോചിച്ചുനോക്കൂ. നൈട്രിക്, നൈട്രസ് എന്നിങ്ങനെ തന്നെ. പേരുകൾ പരിശോധിച്ചാൽ ഒരു കാര്യം വ്യക്തമാകും. എന്താണത്? ഓക്സിജന്റെ അളവ് കൂടിയ ആസിഡുകളെ 'ic' പദം കൊണ്ടും ഓക്സിജന്റെ അളവ് കുറഞ്ഞവയെ 'ous'എന്ന പദം കൊണ്ടുമാണ് വിശേഷിക്കപ്പെട്ടത് അല്ലേ?

പിൻ പ്രത്യയങ്ങൾ (Suffix)

ഇനിയുമുണ്ട് കാര്യങ്ങൾ. പേര് 'ic' യിൽ അവസാനിക്കുന്ന ആസിഡുകളുടെ ലവണങ്ങൾക്ക് 'ate' എന്ന പദവും 'ous' ൽ അവസാനിക്കുന്ന ആസിഡുകളുടെ ലവണങ്ങൾക്ക് 'ite' എന്ന പദവും പേരിന്റെ ഒടുവിൽ ചേർത്തു. കോപ്പർ സർഫേറ്റിന്റെ അന്നത്തെ പേര് 'വിട്രിയോൾ ഓഫ് വീനസ്' (Vitriol of

Venus) എന്നായിരുന്നു. ലവോസിയ അതിന് കോപ്പർ സൾഫേറ്റ് (Copper Sulphate) എന്നു പേരിട്ടു. ഈ ലവണം സൾഫ്യൂറിക് ആസിഡിൽനിന്നും ലഭിച്ചതാണ്. കോപ്പറിന്റെ മറ്റൊരു ലവണം കോപ്പർ സൾഫൈറ്റ് (Copper Sulphite) ആണ്. ഈ ലവണം സൾഫ്യൂറസ് ആസിഡിൽ നിന്നുമുള്ള ലവണമാണെന്ന് പേര് നോക്കിയാൽ അറിയാമല്ലോ.

രാസനാമകരണപുസ്തകം

ലവോസിയയും മൂന്ന് സഹപ്രവർത്തകരും ചേർന്ന് പദാർത്ഥങ്ങൾക്ക് പേരിടാൻ വേണ്ടി ആവിഷ്കരിച്ച രീതി 'രാസനാമകരണ സമ്പ്രദായം' (Method of Chemical Nomenclature) എന്ന പേരിൽ പുസ്തകമായി 1787 ൽ പുറത്തിറക്കി. ലവോസിയയും കൂട്ടരും ആവിഷ്കരിച്ച രാസനാമകരണ രീതി യൂറോപ്പിലും അമേരിക്കയിലും മറ്റ് രാജ്യങ്ങളിലും പ്രചരിച്ചു. ഇത് പിന്നീട് രസതന്ത്രത്തിൽ സർവ്വസാധാരണമായി ഉപയോഗിക്കാനും തുടങ്ങി. ലവോസിയയും കൂട്ടരും ആവിഷ്കരിച്ച രാസനാമകരണ സമ്പ്രദായം പിന്നീട് പല ശാസ്ത്രജ്ഞന്മാരും സമ്പന്നമാക്കി. ഇത് അവസാനം IUPAC (International Union of Pure and Applied Chemistry) യിൽ എത്തി നില്ക്കുന്നു.

മൂലകങ്ങളുടെ വർഗ്ഗീകരണം

രസതന്ത്ര ചരിത്രത്തിൽ മൂലകങ്ങളുടെ ആദ്യത്തെ ആധുനിക പട്ടിക തയ്യാറാക്കിയത് ലവോസിയയായിരുന്നു. മൂലകങ്ങളെ അദ്ദേഹം പുനർവിന്യസിച്ചു. അന്നുവരെ ലോഹങ്ങളിൽ രസത്തെ മാത്രമേ മൂലകമായി പരിഗണിച്ചിരുന്നുള്ളൂ. 1789 ൽ അന്ന് അറിയപ്പെട്ടിരുന്ന 33 പദാർത്ഥങ്ങളെ അദ്ദേഹം തരംതിരിച്ചു പട്ടികപ്പെടുത്തി അവയിൽ 23 എണ്ണം മൂലകങ്ങളായിരുന്നു. വാതകങ്ങൾ, ലോഹങ്ങൾ, അലോഹങ്ങൾ, എർത്ത്സ് എന്നിങ്ങനെ നാലായി തരംതിരിച്ചു. പ്രകാശം, താപം, ഓക്സിജൻ, നൈട്രജൻ, ഹൈഡ്രജൻ എന്നിവയാണ് വാതകങ്ങൾ. മണ്ണിലെ ലവണങ്ങൾ എന്ന നിലയിൽ ലൈം (Lime), സിലിക്ക (Silica), അലൂമിന (Alumina), മഗ്നീഷ്യ (Magnesia), എപ്സം

(Epsomsalt) തുടങ്ങിയവരെ 'എർത്ത്സ്' (Earths) എന്ന വിഭാഗത്തിൽപ്പെടുത്തി. ഇവകൂടാതെ 17 ലോഹങ്ങളും 6 അലോഹങ്ങളും അദ്ദേഹത്തിന്റെ പട്ടികയിലുണ്ടായിരുന്നു. ഈ പട്ടികയാണ് പിന്നീട് മെഡലിയോഫിന്റെ ആവർത്തനപ്പട്ടികയിലേക്കും തുടർന്ന് ആധുനിക ആവർത്തനപ്പട്ടികയിലേക്കും വളർന്നത്.

ആദ്യരസതന്ത്ര പാഠപുസ്തകം

1789 ൽ അദ്ദേഹം തന്റെ സിദ്ധാന്തങ്ങളും നിരീക്ഷണങ്ങളും ചേർത്ത് *Elementary Treatise on Chemistry*' എന്ന പുസ്തകം പ്രസിദ്ധീകരിച്ചു. ഈ പുസ്തകം രസതന്ത്രത്തിലെ ആദ്യ പാഠപുസ്തകമായി അംഗീകരിക്കപ്പെട്ടു. ജ്വലനവുമായി ബന്ധപ്പെട്ട ഓക്സിജൻ സിദ്ധാന്തം, മാസ് സംരക്ഷണനിയമം, പദാർത്ഥങ്ങളുടെയും മൂലകങ്ങളുടെയും വർഗ്ഗീകരണം, രസതന്ത്രഭാഷ, മൂലകങ്ങളെ സംബന്ധിച്ച നിർവ്വചനം, ജ്വലനവും, ശ്വസനവും എന്നിങ്ങനെ എല്ലാകാര്യങ്ങളെക്കുറിച്ചും ഉദാഹരണസഹിതം മറ്റുള്ളവർക്ക് പഠിക്കാൻ പാകത്തിലാണ് ആ പുസ്തകം അദ്ദേഹം തയ്യാറാക്കിയത്. ആ വർഷംതന്നെ എക്കാലത്തെയും ആദ്യത്തെ രസതന്ത്ര ജേർണൽ അദ്ദേഹം സഹപ്രവർത്തകരുമായി ചേർന്ന് പ്രസിദ്ധീകരിച്ചു. അതിനിട്ട പേരാണ് *രസതന്ത്ര വാർഷിക സംഭവ ചരിത്രം* (Annals of Chemistry).

ഇനിയും എത്രയോ കാര്യങ്ങൾ എനിക്ക് എന്റെ ലവോസിയയെക്കുറിച്ച് നിങ്ങളോട് പറയാനുണ്ട്. രസതന്ത്രവിപ്ലവത്തിന് തുടക്കംകുറിച്ച കർമ്മയോഗികളായ ശാസ്ത്രജ്ഞന്മാരിൽ പ്രധാനിയായിരുന്നു ലവോസിയ. ലവോസിയയുടെ രൂപം എന്നും നിങ്ങളുടെ മനസ്സിൽ നിറഞ്ഞുനില്ക്കട്ടെ.

എന്റെ പ്രിയപ്പെട്ട ലവോസിയയ്ക്ക്

സ്മരണാഞ്ജലികൾ

ഇനി ആകാശക്കപ്പലിന്റെ കഥയിലേക്ക് കടക്കാം.

ആകാശക്കപ്പൽ

വിമാനം നിങ്ങൾ കണ്ടിട്ടുണ്ട്. ആകാശക്കപ്പലോ? വിമാനം ആകാശയാത്ര കീഴടക്കും മുമ്പ് ആകാശക്കപ്പലിലായിരുന്നു മനുഷ്യന്റെ യാത്ര. അത്ഭുതം തോന്നുന്നുവല്ലേ? ആകാശക്കപ്പലിനെക്കുറിച്ച് കൂടുതൽ അറിയാൻ നിങ്ങൾക്ക് കൗതുകം ഉണ്ടെന്ന് എനിക്കറിയാം.

ഇഷ്ടം പോലെ തിരിച്ചുവിടാനും മുന്നോട്ടു നയിക്കാനും കഴിയുന്ന ബലൂൺ (Dirigible baloon). മറ്റൊരു തരത്തിൽ പറഞ്ഞാൽ സ്വന്തം ശക്തികൊണ്ട് ആകാശഗമനം നടത്തുന്ന വായുവിനേക്കാൾ ഭാരംകുറഞ്ഞ ബലൂൺ വിമാനം. ആദ്യത്തെ ബലൂൺ യാത്രയുടെ കഥ ഞാൻ നേരത്തേ പറഞ്ഞല്ലോ. ആകാശക്കപ്പലിനെ മുകളിലേക്ക് പൊക്കാൻ സഹായിക്കുന്ന വാതകം (Lifting Gas) ഹൈഡ്രജനോ ഹീലിയമോ ആയിരിക്കും. വാതകം നിറച്ച ഒന്നോ ഒന്നിലധികമോ വലിയ വാതക സഞ്ചികൾ (Gasbags) ആകാശക്കപ്പലിനുള്ളിൽ ഉണ്ടായിരിക്കും. ഹീലിയം വേർതിരിച്ചെടുക്കാൻ ചെലവേറിയതുകൊണ്ട് എന്നെയാണ് സാധാരണ ഉപയോഗിക്കുന്നത്. ബലൂണിനെപ്പോലെ സ്വതന്ത്രമായി വായുവിൽ ഒഴുകിനടക്കുന്ന ഒന്നല്ല ആകാശക്കപ്പൽ. ഗതി നിയന്ത്രിക്കാൻ സഹായിക്കുന്ന ഉപകരണങ്ങൾ (Propeller)

ഘടിപ്പിച്ചിട്ടുള്ളവയാണ് ആകാശക്കപ്പൽ.

ഹൈഡ്രജൻ നിറച്ച ഗ്യാസ് ബാഗുകൾക്ക് ചുറ്റും ലോഹം കൊണ്ട് നിർമ്മിച്ച ദൃഢമായ ചട്ടക്കൂട്. ചട്ടക്കൂടിനെ പൊതിഞ്ഞു കൊണ്ട് റബ്ബർ ചേർത്ത സിൽക്ക് തുണികൊണ്ട് ഒരാവരണം (Envelope). ആവരണത്തിനു താഴെ ചട്ടക്കൂടിനോട് ബന്ധിപ്പിച്ച് യാത്രക്കാർക്കിരിക്കാൻ 'ബോട്ടു' പോലെ അല്ലെങ്കിൽ 'ചുണ്ടൻവള്ളം' (Gondola) പോലിരിക്കുന്ന ഭാഗം. അതിൽ ഗതി നിയന്ത്രണ ഉപകരണങ്ങളും ആവിഎഞ്ചിനുമൊക്കെ ഉണ്ടാകും. 'ബോട്ടിന്' അല്ലെങ്കിൽ 'ചുണ്ടൻവള്ളത്തിന്' സ്ഫടികം കൊണ്ടുള്ള ആവരണം ഉണ്ടാകും. ഇത്രയുമാകുമ്പോൾ ആകാശ ക്കപ്പലായി. 'ബോട്ടി'ൽ യാത്രക്കാർക്കിരിക്കാം. ആകാശ ക്കപ്പലിന്റെ ആവരണത്തിനുള്ളിലും യാത്രക്കാർക്കിരിക്കാൻ ഇട മുണ്ടാകും. വൈമാനികർ (Pilot) വിമാന ജോലിക്കാർ (Crew) എന്നിവരൊക്കെ ഉണ്ടാകും. ആഹാരം കഴിക്കാൻ സ്ഥലം, മൂത്ര

പ്പുര, വെടിപറഞ്ഞുരസിക്കാനിടം എന്നിവയൊക്കെ ഉണ്ടാകും.

വിമാനം ആകാശത്തേക്കുയരുന്നതും (Take off) താഴേക്കിറങ്ങുന്നതും (Landing) കണ്ടിട്ടില്ലേ. ആകാശത്തേക്കുയരുന്നത് എങ്ങനെയാണ്? അതിനുള്ള റോഡിലൂടെ (Runway) മുന്നോട്ടോടിയാണ് മുകളിലേക്ക് ഉയരുന്നത്. ഇനി നിലത്തിറങ്ങുമ്പോൾ റൺവേയിലൂടെ മുന്നോട്ട് കുറേ ദൂരം ഓടിയാണ് നില്ക്കുന്നത്. ഇങ്ങനെ റൺവേയിലൂടെ, മുന്നോട്ടാഞ്ഞ് അപകടം ഉണ്ടാകാതിരിക്കാൻ യാത്രക്കാർ 'സീറ്റ് ബൽറ്റ്' (Seat belt) കെട്ടണം. ആകാശക്കപ്പൽ നില്ക്കുന്നിടത്തുനിന്ന് പൊങ്ങും. ഇറങ്ങുമ്പോൾ നേരെ താഴെവന്നിറങ്ങും. അപ്പോൾ 'റൺവേ' വേണ്ട. സീറ്റ് ബൽറ്റും വേണ്ട.

പൂർണ്ണമായും ഗതി നിയന്ത്രിക്കുന്ന ആകാശക്കപ്പലുമുണ്ട്. ഭാഗികമായി ഗതി നിയന്ത്രിക്കുന്ന ആകാശക്കപ്പലുമുണ്ട്. ഇവയ്ക്ക് ദൃഢമായ ആന്തരികഘടനയുണ്ടാകും. നിർമ്മാണക്കമ്പനികളുടെ പേരിലാണ് അവ അറിയപ്പെടുന്നത്. ദൃഢമായ ആന്തരികഘടനയില്ലാത്ത ഒരു തരമുണ്ട്. അതാണ് ആകാശവാഹനം (Blimp). അതുകൊണ്ടുതന്നെ വാതകം തുറന്നുവിട്ടാൽ രൂപം മാറും. കാറ്റൂരിവിട്ട ബലൂൺപോലെ. 'ബ്ലിംപു'കൾ ഇപ്പോഴും പ്രചാരത്തിലുണ്ട്. പ്രധാനമായും പരസ്യത്തിനു വേണ്ടിയാണ് ഉപയോഗിക്കുന്നത്. ആകാശക്കപ്പലുകളുടെ ചരിത്രത്തിൽ ഏറ്റവും വിജയപ്രദമായ ആകാശക്കപ്പൽ നിർമ്മിച്ചത് 1852 ൽ ഹെൻറി ഗിഫാർഡ് (Henri Giffard) എന്ന ഫ്രഞ്ച് ശാസ്ത്രജ്ഞനാണ്. മണിക്കൂറിൽ 6 മൈൽ വേഗത്തിൽ അതു പറന്നു. പൊന്താൻ ഹൈഡ്രജൻ വാതകം. 3 Hp (Horse Power) സ്റ്റീം എഞ്ചിൻ ഉപയോഗിച്ച് ഗതിനിയന്ത്രണ യന്ത്രം (Propeller) പ്രവർത്തിപ്പിച്ചാണ് പറന്നത്. എന്നെ ഏറെ വിഷമിപ്പിച്ച ഒരു ദുരന്തകഥയാണ് ഞാൻ ഇനി പറയാൻ പോകുന്നത്.

ഹിൻഡൻ ബർഗ് ദുരന്തം

1937 മേയ് 6 ന് അതു സംഭവിച്ചു. 'ഹിൻഡൻ ബർഗ് ദുരന്തം.'

ഞാനാകഥ പറയട്ടെ. നാസി ജർമ്മനിയുടെ അഭിമാന ആകാശ കപ്പലായിരുന്നു LZ 129 ഹിൻഡൻ ബർഗ് എന്ന ആകാശക പ്പൽ. ജർമ്മനിയിലെ ഫ്രങ്ക് ഫർട്ട് (Frankfurt) എന്ന സ്ഥലത്തു നിന്നും അമേരിക്കയിലെ ന്യൂജഴ്സെ (New Jersey) യിലേക്കുള്ള യാത്ര. 36 യാത്രക്കാരും 61 വിമാനജോലിക്കാരും ചിരിച്ചുല്ല സിച്ചുകൊണ്ട് യാത്ര ചെയ്യുകയായിരുന്നു. അറ്റ്ലാന്റിക് സമുദ്ര ത്തിനു മുകളിലൂടെ ന്യൂജഴ്സെയിലെ ലേക്ക്ഹസ്റ്റ് (Lake hurst) എന്ന നാവിക ആകാശ കപ്പൽത്താവളത്തിലേക്ക് നങ്കൂരമിടാൻ ഇറങ്ങുന്നേരം അതു സംഭവിച്ചു. ആകാശക്കപ്പൽ പെട്ടെന്ന് തീഗോളമായി മാറുകയായിരുന്നു. പതിമൂന്ന് യാത്രികരും, ഇരു പത്തിഒന്ന് വിമാന ജോലിക്കാരും, നിലത്തിറങ്ങാൻ സഹായി ക്കാൻ ഗ്രൗണ്ടിൽനിന്നിരുന്ന ഒരു ജോലിക്കാരനും മരിച്ചു. രക്ഷ പ്പെട്ടവർക്ക് മാരകമുറിവുകളും പൊള്ളലുമേറ്റു.

'ഹൈഡ്രജനാണ് കുറ്റവാളി' എല്ലാവരും അലറിവിളിച്ചു. 'ഹൈഡ്രജനാണ് തീ പിടുത്തത്തിനു കാരണം.' എല്ലാക്കുറ്റവും എന്നിലാരോപിച്ചു. 'എന്റെ കുറ്റംകൊണ്ടല്ല' എന്ന് ഞാനുറക്കെ വിളിച്ചുപറഞ്ഞു. ആരുകേൾക്കാൻ? അതിനു മുമ്പും ആകാശ ക്കപ്പലിന് ദുരന്തങ്ങളുണ്ടായിട്ടുണ്ട്. പക്ഷേ, അന്നൊന്നും എന്നെ കുറ്റവാളിയാക്കിയിരുന്നില്ല. അന്ന് നിർത്തിയതാണ് മനുഷ്യൻ അവരുടെ ആകാശക്കപ്പൽ യാത്ര. എന്നെ പലകാര്യങ്ങളിൽ നിന്നും ഒഴിച്ചുനിർത്താൻ തുടങ്ങി. വേഗം തീ കത്തുന്ന വായു എന്ന കാരണം പറഞ്ഞാണ് എന്നെ മാറ്റി നിർത്തിയത്. എനി ക്കുപകരം ഹീലിയം നിറയ്ക്കാൻ പോയാൽ ചെലവേറും. ഹീലിയം ഉപയോഗിച്ച് ആകാശക്കപ്പൽ ഓടിച്ചിരുന്നത് അമേ രിക്ക മാത്രമായിരുന്നു. എനിക്കെതിരെ അന്വേഷണ കമ്മീഷനെ വച്ചു. ദുരന്തം എന്റെ കുറ്റംകൊണ്ട് നടന്നതല്ല എന്ന് ചിലരെ ങ്കിലും വിശ്വസിച്ചിരുന്നു. എന്നോടുള്ള അവഹേളനം തുടർന്നു. പതിറ്റാണ്ടുകളെടുത്തു അന്വേഷണറിപ്പോർട്ട് വരാൻ. റിപ്പോർട്ടിൽ എന്താ കണ്ടെത്തിയത്? ഞാനാ കഥ പറയാം.

ഞാൻ കുറ്റവിമുക്തനായി

ഹിൻഡഡൻ ബർഗ് ആകാശക്കപ്പലിനുണ്ടായ അപകടം എന്നിലുള്ള വിശ്വാസം നഷ്ടപ്പെടുത്തിക്കളഞ്ഞു. ഏറ്റവും സുരക്ഷിതമായ ഊർജ്ജവാഹകൻ എന്ന എന്റെ സൽപ്പേരിന് ആ അപകടം കളങ്കംവരുത്തി. ന്യൂസ് റിപ്പോർട്ടർമാരുടെയും പൊതുജനങ്ങളുടെയും മുമ്പിൽ വച്ചായിരുന്നല്ലോ ആ അപകടം നടന്നത്. എന്നെ തളർത്തിക്കളഞ്ഞ അപകടമായിരുന്നു അത്. ഹൈഡ്രജൻ നിറച്ചതുകൊണ്ടാണ് ഇതെല്ലാം സംഭവിച്ചത് എന്നാരോപിച്ച് എല്ലാവരും എന്നെ കുത്തിനോവിച്ചു. പക്ഷേ, എന്നെ ഇഷ്ടപ്പെടുന്നവർ കുറച്ചുപേരുണ്ടായിരുന്നു. അവർ ആരോപണം തള്ളിക്കളഞ്ഞു. എന്റെ കുറ്റമല്ല അപകടത്തിന് കാരണമെന്ന് ഞാൻ ഉറക്കെ വിളിച്ചു പറഞ്ഞെങ്കിലും കേൾക്കാൻ ആരുമില്ലായിരുന്നു. എന്റെ വിളി കേട്ടവർ യഥാർത്ഥ കാരണം എന്താണെന്നന്വേഷിക്കാൻ ശ്രമിച്ചു.

അപകടം നടന്ന് അറുപത് വർഷം കഴിഞ്ഞ് 1997 ൽ ആ റിപ്പോർട്ട് പുറത്തുവന്നു. 'ഹൈഡ്രജൻ കുറ്റക്കാരനല്ല' എന്ന് ഉറക്കെ ഉറക്കെ വിളിച്ചുപറയുന്ന ആ റിപ്പോർട്ട് കണ്ടപ്പോൾ ഞാൻ സന്തോഷംകൊണ്ട് കരഞ്ഞു. ആകാശക്കപ്പലിലെ ചട്ടക്കൂടിനെ പൊതിഞ്ഞിരിക്കുന്ന റബ്ബർ ചേർന്ന സിൽക്ക് തുണി

യുടെ പുറത്തു തേച്ചിരുന്ന പെയിന്റായിരുന്നു അപകടത്തിനു കാരണക്കാരൻ എന്നു കണ്ടെത്തി. ആകാശക്കപ്പൽ മുന്നോട്ടു ചലിപ്പിക്കുന്നതിനുപയോഗിച്ച ഇന്ധനത്തിലെ ഒരു ഘടകം പെയിന്റിലുണ്ടായിരുന്നു. ആകാശക്കപ്പൽ താഴേക്ക് ഇറക്കാൻ ശ്രമിക്കവെ ഉണ്ടായ ഇലക്ട്രിക് ചാർജ് പെയ്ന്റിലെ ആ പ്രത്യേക ഘടകത്തെ ചൊടിപ്പിച്ചു. അത് തീ ഉണ്ടാക്കി. അങ്ങനെ തീ പടർന്നു. അപകടത്തിൽ മരിച്ച 37 പേരിൽ 35 പേരും മരിച്ചത് പൊള്ളലേറ്റല്ല. തീ കണ്ട് എടുത്തുചാടിയ വഴിയോ തറയിൽ വീണ വഴിയോ ആണ് അവർ മരിച്ചത്. രണ്ടുപേരാണ് പൊള്ള ലേറ്റ് മരിച്ചത്. ഞാൻ കുറ്റവിമുക്തനായി. എന്നെ കുറ്റവിമുക്ത നാക്കിക്കൊണ്ടുള്ള റിപ്പോർട്ടിന്റെ പ്രസക്തഭാഗം യു എൻ ഇ പി (United Nations Environment Programme) തയ്യാറാക്കിയ 'ഹൈഡ്രജൻ ഇകോനെമിയും സുസ്ഥിര വികസനവും' എന്ന രേഖയിൽ ചേർത്തിട്ടുണ്ട്. ഭാവിയിലെ ഊർജ്ജ സ്രോതസ്സ് എന്ന

നിലയിൽ എന്റെ സാദ്ധ്യതകളെക്കുറിച്ചുള്ള അന്വേഷണപഠനങ്ങൾ നടന്നപ്പോൾ ചില ശാസ്ത്രകാരന്മാർ ഹിൻഡൻ ബർഗ് ദുരന്തം ചൂണ്ടിക്കാട്ടി എന്നെ വിമർശിക്കാൻ ശ്രമിച്ചിരുന്നു. എന്നെ കുറ്റവിമുക്തനാക്കിയതോടെ അത്തരം വിമർശനങ്ങൾക്ക് പ്രസക്തിയില്ലാതായി.

മൂലകങ്ങൾക്ക് ബഹുനിലക്കെട്ടിടം

ഞാൻ ഉൾപ്പെടെയുള്ള മൂലകങ്ങൾക്കായി 1869 ൽ റഷ്യൻ ശാസ്ത്രജ്ഞനായിരുന്ന മെൻഡലിയേവ് ഒരു ബഹുനിലക്കെട്ടിടം നിർമ്മിച്ചുതന്നു. ആ കെട്ടിടത്തിന്റെ പേര് നിങ്ങൾക്കറിയാമല്ലോ? എന്താണത്? ആവർത്തനപ്പട്ടിക (Periodic table) തന്നെ.

അറ്റോമിക മാസ് കൂടിവരുന്ന ക്രമത്തിലാണ് ഞങ്ങൾക്ക് മുറികൾ തന്നിട്ടുള്ളത്. എന്റെ അറ്റോമിക മാസ് ഒന്നാണല്ലോ. അപ്പോൾ എന്റെ മുറി ഏതായിരിക്കുമെന്ന് നിങ്ങൾക്കൂഹിക്കാമല്ലോ. അറ്റോമിക മാസ് കൂടിവരുന്നതിനനുസരിച്ച് മൂലകങ്ങളെ ക്രമീകരിച്ചപ്പോൾ മൂലകങ്ങളുടെ ഭൗതികവും രാസികവുമായ ഗുണങ്ങൾ പ്രത്യേക ഇടവേളകളിൽ ആവർത്തിക്കപ്പെടുന്നതായി മെൻഡലിയേവ് കണ്ടെത്തി. ഇതിനെത്തുടർന്നാണ് ഞങ്ങൾക്ക് ബഹുനിലക്കെട്ടിടം അദ്ദേഹം നിർമ്മിച്ചുതന്നത്.

ആവർത്തനപ്പട്ടിക എന്ന ബഹുനിലക്കെട്ടിടത്തിൽ സ്വന്തക്കാരെല്ലാം "അതായത് മിക്കവാറും ഒരേ ഗുണം കാണിക്കുന്ന മൂലക"ങ്ങളെല്ലാം ഒരേ നിരയിൽ ഒന്നിനുമുകളിൽ ഒന്നായുള്ള മുറികളിൽ താമസിക്കുന്നു. ഇവിടം മുതലാണ് എനിക്ക് പ്രശ്നങ്ങൾ തുടങ്ങിയത്.

ഞാനിന്ന് ഏകനാണ്. എനിക്ക് സ്വന്തക്കാരായി ആരുമില്ല. ഞാൻ പല മുറികളിലും മുട്ടി നോക്കി. രണ്ടു കുടുംബങ്ങൾ മാത്രം കതകു തുറന്നു. പിന്നീട് അടച്ചു. ആരാണ് ആ രണ്ടു കുടുംബങ്ങൾ?

ഞാൻ കണ്ട രണ്ടു കുടുംബങ്ങൾ

കുട്ടികളെ..... നിങ്ങൾ അനാഥരായാൽ നിങ്ങൾക്കെന്തു ദുഃഖമുണ്ടാകും? അതു പറഞ്ഞറിയിക്കേണ്ടതില്ലല്ലോ. മെൻഡലിയേവ് ഞങ്ങൾക്ക് നിർമ്മിച്ചു തന്ന ബഹുനിലക്കെട്ടിടത്തിൽ ഞാൻ ഏകനായി. ദുഃഖം സഹിക്കവയ്യാതെ ഞാൻ ആദ്യം പോയത് ആൽക്കലി ലോഹങ്ങളുടെ അടുത്തേക്കാണ്. അവർ ഒന്നാം ഗ്രൂപ്പുകാരനാണ്. ബഹുനിലക്കെട്ടിടത്തിന്റെ അതായത് ആവർത്തനപ്പട്ടികയുടെ ആദ്യത്തെ കുത്തനെയുള്ള നിരയിൽ വിവിധ മുറികളിലായി അവർ വസിക്കുന്നു. ഞാൻ ചെന്നയുടനെ അവർ കതകുതുറന്നു. എന്റെ ചുറ്റുംകൂടി കാര്യങ്ങളന്വേഷിച്ചു. അവർ എന്റെ ദുഃഖത്തിൽ പങ്കുചേരാൻ ആഗ്രഹം പ്രകടിപ്പിച്ചു. പിന്നീട് അവർ എന്നെക്കുറിച്ച് എന്നോട് പല കാര്യങ്ങളും ചോദിച്ചു. നിങ്ങൾ ഏതവസ്ഥയിലാണ് സ്ഥിതി ചെയ്യുന്നത്? ആ ചോദ്യം എന്നെ നടുക്കിക്കളഞ്ഞു. ഞാൻ വാതകാവസ്ഥയിലാണ് സ്ഥിതി ചെയ്യുന്നതെന്ന് ദുഃഖത്തോടെ പറഞ്ഞു.

"പക്ഷേ, ഞങ്ങൾ എല്ലാവരും ഖരാവസ്ഥയിലാണല്ലോ? പിന്നെ എങ്ങനെയാണ് ഞങ്ങളുടെ കൂടെ ചേർക്കുക?" അവർ പറഞ്ഞു.

"ആട്ടെ നിങ്ങൾ ഒരു ലോഹമാണോ?"

"അല്ല." ഞാൻ പറഞ്ഞു.

"പക്ഷേ, ഞങ്ങൾ ഒന്നാം തരം ലോഹങ്ങളാണ്. അതുകൊണ്ട് ഞങ്ങളുടെ കൂടെ താമസിപ്പിക്കില്ല." ആൽക്കലി ലോഹങ്ങൾ ഒരേ സ്വരത്തിൽ പറഞ്ഞു. ആൽക്കലി ലോഹങ്ങളിൽ ഒന്നാമത്തെ മുറിയിൽ താമസിക്കുന്ന ലിഥിയത്തിന് അല്പം ദയവ് എന്നോടുതോന്നി.

അയാൾ ചോദിച്ചു.

"നിങ്ങൾക്ക് എത്ര ഓർബിറ്റുകൾ ഉണ്ട്?"

"ഒന്ന്"

"നിങ്ങളുടെ അറ്റോമികസംഖ്യ എത്രയാണ്?"

"ഒന്ന്"

"ആട്ടെ ഹൈഡ്രജൻ രാസപ്രവർത്തനങ്ങളിൽ പങ്കെടുക്കുമ്പോൾ നിങ്ങൾക്ക് ഒരു ഇലക്ട്രോൺ വിട്ടുകൊടുക്കുവാനുള്ള കഴിവുണ്ടോ?"

ഞാൻ സന്തോഷത്തോടെ പറഞ്ഞു.

"കഴിയും"

"ശരി എങ്കിൽ ഞങ്ങളുടെ കൂടെ കഴിയാം?"

ഞാൻ സന്തോഷിച്ചു. പക്ഷേ, ആ സന്തോഷം അധികനേരം നീണ്ടുനിന്നില്ല.

ആൽക്കലി ലോഹങ്ങൾ എന്ന കുടുംബത്തിലെ മറ്റംഗങ്ങൾ ഒരേ സ്വരത്തിൽ പറഞ്ഞു.

"ഹൈഡ്രജൻ... ആട്ടിൻ തോലണിഞ്ഞ ചെന്നായ് ആണ്. അവനെ നമ്മളുടെ കൂടെ താമസിപ്പിക്കരുത്."

അവർ കതകടച്ചുകളഞ്ഞു. എന്റെ ഹൃദയം പിടഞ്ഞു. ഞാൻ ആശ കൈവെടിഞ്ഞില്ല. ഞാൻ മറ്റുമൂലകങ്ങളുടെ മുറികളിൽ തട്ടിനോക്കി. ഒരു രക്ഷയുമില്ല. അവസാനം ഞാൻ ഹാലജൻ കുടുംബം വസിക്കുന്ന ഫ്ളാറ്റിലെത്തി. അവർ ആവർത്തനപ്പട്ടികയുടെ എത്രാമത്തെ ഗ്രൂപ്പിൽ അതായത് എത്രാമത്തെ കുത്തനെയുള്ള നിരയിൽ വസിക്കുകയാണെന്ന് നിങ്ങൾക്കറിയാമല്ലോ. മെൻഡലിയൊവിന്റെ ഏഴാമത്തെ ഗ്രൂപ്പിൽത്തന്നെ. എന്നെ കണ്ട

യുടനെ ഫ്ളൂറിനും ക്ലോറിനും ഇറങ്ങി വന്നു. ഞാൻ അവരോട് എന്റെ ചരിത്രം പറഞ്ഞു.

"നിങ്ങൾ ഒരു അലോഹമാണോ?" ഫ്ളൂറിൻ ചോദിച്ചു.

"നിങ്ങൾ ഒരു വാതകമാണോ?"

"അതെ" ഞാൻ സന്തോഷത്തോടെ പറഞ്ഞു.

"ഞങ്ങളും അങ്ങനെ തന്നെ" ഫ്ളൂറിനും ക്ളോറിനും ഒരുമിച്ച് പറഞ്ഞു.

"നിങ്ങളെപ്പോലെ ഞാനും ദ്വയറ്റോമികമാണ്." ഞാൻ സന്തോഷത്തോടെ അവരോട് പറഞ്ഞു. ഫ്ളൂറിൻ അത്ഭുതപ്പെട്ടുപോയി.

അപ്പോൾ ക്ളോറിൻ ചോദിച്ചു.

"ശരി നിനക്ക് രാസപ്രവർത്തനങ്ങളിൽ പങ്കെടുക്കുമ്പോൾ ഒരു ഇലക്ട്രോണിനെ സ്വീകരിക്കാൻ കഴിവുണ്ടോ?"

"തീർച്ചയായും എനിക്കതിന് കഴിയും" ഞാനതിന് തെളിവ് കൊടുത്തു. "ഞാൻ ആൽക്കലി ലോഹങ്ങളുമായി ചേർന്ന് അവയുടെ ഹൈഡ്രൈഡുകൾ ഉണ്ടാക്കുന്നു. ഈ കാര്യം നിങ്ങൾക്കറിയാമല്ലോ? ഈ സംയുക്തങ്ങളിൽ എന്റെ സംയോജകത മൈനസ് ഒന്ന് ആണ്. അതായത് ഞാൻ ആൽക്കലി ലോഹത്തിൽനിന്നും ഒരു ഇലക്ട്രോൺ സ്വീകരിക്കുന്നു?" "എങ്കിൽ നമ്മൾ ഇന്നു മുതൽ സ്വന്തക്കാരാണ്. ഹൈഡ്രജന് ഞങ്ങളോടൊപ്പം കഴിയാം." ഹാലജനുകൾ പറഞ്ഞു. ഞാൻ സന്തോഷത്തോടെ നൃത്തം ചവുട്ടി. അന്ന് എനിക്ക് എവിടെയോവച്ച് നഷ്ടപ്പെട്ടുപോയ 'സ്നേഹബന്ധം' തിരിച്ചുകിട്ടി എന്നുവിചാരിച്ചു കുറച്ചുദിവസം ഹാലജൻ കുടുംബവുമായി താമസിച്ചു. അന്ന് എന്തു രസമായിരുന്നെന്നോ? എനിക്ക് വേണ്ടി കതകുതുറക്കാത്തവരോട് എനിക്ക് അടക്കാനാവാത്ത വിരോധം തോന്നി. എന്നെ കളിയാക്കിയവരെ ഞാൻ പല്ലിളിച്ചു കാണിച്ചു. ഞാനും എന്റെ ഹാലജൻ സുഹൃത്തുക്കളും കളിച്ചുകൊണ്ടിരിക്കുകയായിരുന്നു. ആ സംഭവം ഞാനോർക്കുകയാണ്. അത് മറ്റൊരു വേർപാടിന്റെ കഥയായിരുന്നു.

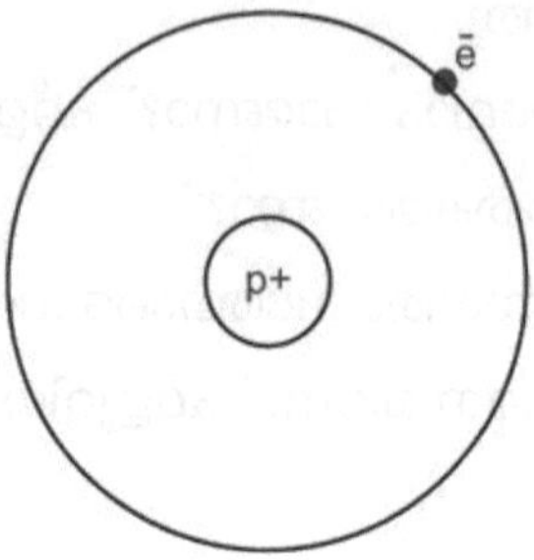

ഞാൻ ഒരു അപൂർവ്വമൂലകം

ഞാൻ ഹാലജൻ കൂട്ടുകാരുമായി കളിച്ചുകൊണ്ടിരുന്നപ്പോൾ യാദൃച്ഛികമായി അവർ എന്റെ ശരീരം കാണുവാൻ ഇടയായി. എന്റെ കൂട്ടുകാർ അന്ധാളിച്ചുപോയി. അവർ എന്നെ തുറിച്ചുനോക്കി. ഞാൻ മദ്ധ്യത്ത് ഹാലജൻ കൂട്ടുകാർ എന്റെ ചുറ്റും. എന്താണ് കുട്ടികളെ, ഹാലജൻ കുടുംബം അന്ധാളിക്കാൻ കാരണം?

"നോക്കൂ.. ഈ ഹൈഡ്രജൻ ഒരപൂർവ്വമൂലകമാണ്" ഫ്ളൂറിൻ പറഞ്ഞു.

"നോക്കൂ ഹൈഡ്രജന്റെ ശരീരത്ത് ഒരു ഇലക്ട്രോൺ മാത്രം" ആരോ അതും പറയുന്നത് കേട്ടു.

"ഇവൻ ഒരപൂർവ്വജീവി. ഇത്രയും നാൾ ഇവൻ നമ്മെ വഞ്ചിച്ചു കഴിഞ്ഞു. ഇനി വച്ചുകൊണ്ടിരിക്കാൻ പറ്റില്ല." ക്ലോറിൻ അങ്ങനെയാണ് അഭിപ്രായപ്പെട്ടത്.

ഞാൻ ഒന്നും മിണ്ടിയില്ല. മിണ്ടുവാൻ നാവുപൊങ്ങിയിട്ടു വേണ്ടേ? കരഞ്ഞു. വിങ്ങി വിങ്ങി കരഞ്ഞു. ഹാലജൻ കുടുംബം പൊട്ടിച്ചിരിച്ചു. അവർ ഓരോരുത്തരും ഞാൻ അവരെ വഞ്ചിച്ച കുറ്റത്തിന് പല ശിക്ഷകളും കല്പിച്ചു. ബ്രോമിന് അല്പം ദയവുതോന്നി.

"ഇങ്ങോട്ടു നോക്കൂ നിങ്ങൾക്ക് ഞങ്ങളെപ്പോലെ ശരീരത്തിൽ അതായത് ആറ്റത്തിൽ ധാരാളം ഇലക്ട്രോണുകൾ ഇല്ല. ഞങ്ങൾക്ക് എല്ലാപേർക്കും ബാഹ്യപഥമേഖലയിൽ ഏഴ് ഇലക്ട്രോണുകൾ വീതമുണ്ട്. നിനക്കോ? ആകെ ഉള്ളത് ഒരു ഇലക്ട്രോൺ മാത്രം. അതുകൊണ്ട് ഒരു കാര്യം ചെയ്യൂ. ഇനി മുതൽ ഹൈഡ്രജൻ ഞങ്ങളുടെ കൂടെ താമസിക്കരുത്. ദയവായി പോകൂ" ബ്രോമിൻ അവരുടെ തീരുമാനം എന്നെ അറിയിച്ചു.

ഞാൻ അവിടെനിന്നും ഇറങ്ങി. കരഞ്ഞില്ല. കാരണം ഞാൻ ഒരപൂർവ്വ മൂലകമാണല്ലോ. ഞാൻ അപൂർവ്വമായേ കാണുകയുള്ളൂ എന്ന അർത്ഥം നിങ്ങൾ എടുക്കരുത്.

"ഒരു ഇലക്ട്രോൺ മാത്രമുള്ള ഒരേ ഒരു മൂലകം" അതാണ് എനിക്ക് മാത്രമുള്ള ഒരു സവിശേഷത. ഇങ്ങനെ വേണം നിങ്ങളെന്നെ വീക്ഷിക്കുവാൻ. അങ്ങനെ വീക്ഷിക്കുമ്പോൾ ഞാൻ ഒരപൂർവ്വമൂലകമല്ലേ?

ഞാൻ അവസാനമായി മുട്ടി നോക്കിയത് 'പൂജ്യം ഗ്രൂപ്പ്' (Zero group) മൂലകങ്ങൾ വസിക്കുന്ന നിരയിലാണ്. അവരെല്ലാം അലസന്മാരാണല്ലോ? രാസപ്രവർത്തനങ്ങളെ സംബന്ധിച്ചിടത്തോളം ഉദാസീനമായവർ. അവർ എനിക്കുവേണ്ടി വാതിൽ തുറന്നതേയില്ല. ഈ പൂജ്യം ഗ്രൂപ്പുക്കാർക്ക് ഒരു സവിശേഷതയുണ്ട്. എന്താണെന്ന് പറയാമോ? എന്തുകൊണ്ട് 'പൂജ്യം ഗ്രൂപ്പുകാർ' അലസന്മാരായി? ഉത്തരം നിങ്ങൾതന്നെ പറയൂ.

എന്റെ ആശകളെല്ലാം അങ്ങനെ നശിച്ചു. ഞാൻ അനാഥനായി. ചില പ്രത്യേക സാഹചര്യങ്ങളിൽ ആൽക്കലി ലോഹങ്ങളും, ഹാലജൻ കുടുംബവും എന്റടുത്ത് വരും. ഞാനവരോട് വെറുപ്പ് കാണിക്കാറില്ല. എന്നോട് യോജിക്കാൻ താല്പര്യമുള്ളവരോട് ഞാൻ 'സംയോജിക്കും.' അതായത് രാസപ്രവർത്തനങ്ങളിലേർപ്പെടും.

മെൻഡലിയേവ് ഞങ്ങൾക്ക് നിർമ്മിച്ചുതന്ന 'ബഹുനിലക്കെട്ടിടത്തിന്റെ' അടിസ്ഥാനം എന്നു പറയുന്നത് അറ്റോമികഭാരമാ

ണല്ലോ. എനിക്ക് പ്രത്യേകമായൊരു മുറിതരുവാൻ ആർക്കും സാധിച്ചില്ല. പലരും, അവരവരുടെ 'മനസ്സ്' അനുസരിച്ച് എന്നെ ആൽക്കലി ഗ്രൂപ്പുകാരനായും ഹാലജൻ കുടുംബാംഗവുമായും കണ്ടു. ഞാൻ അങ്ങനെ കഴിഞ്ഞുപോന്നു.

അങ്ങനെയിരിക്കെ ഹെൻറി മൊസെലി (Henry Mosely) എന്ന ശാസ്ത്രജ്ഞൻ 'മൂലകങ്ങളുടെ സവിശേഷഗുണങ്ങൾക്കു കാരണം അറ്റോമികമാസല്ല മറിച്ച് അറ്റോമിക നമ്പറാണ്' എന്ന് സ്ഥാപിച്ചു. അതോടെ മെൻഡലിയേവിന്റെ ആവർത്തനപ്പട്ടിക പരിഷ്കരിച്ച് 'ആധുനിക ആവർത്തനപ്പട്ടിക' (Modern Periodic Table) ആക്കി മാറ്റി. ഇന്നു നിങ്ങൾ പഠിക്കുന്ന ആധുനിക ആവർത്തനപ്പട്ടികയിൽ മൂലകങ്ങളെ ക്രമീകരിച്ചിരിക്കുന്നത് അറ്റോമിക നമ്പറിന്റെ അടിസ്ഥാനത്തിലാണ്.

ഇങ്ങനെയൊരു പരിവർത്തനം നടത്തിയിട്ടും എനിക്ക് പ്രത്യേകമായൊരു മുറി കിട്ടിയില്ല. അവസാനം എനിക്ക് ഒരു മുറി കിട്ടി. നിങ്ങൾ ഇപ്പോൾ പഠിക്കുന്ന ആധുനിക ആവർത്തനപ്പട്ടിക നോക്കൂ. അതിൽ ആൽക്കലി ലോഹങ്ങളുടെ നിരയ്ക്ക് മുകളിൽ അതേ നിരയിൽത്തന്നെ എനിക്ക് മുറി തന്നു. ആൽക്കലി ലോഹങ്ങൾക്ക് പരാതിയുണ്ട്. അതുകൊണ്ട് ഒരേ നിരയിൽ അവരുടെ മുറിയുമായി ബന്ധിപ്പിക്കാതെ ഒരു മുറി എനിക്ക് തന്നു. ആധുനിക ആവർത്തനപ്പട്ടിക നോക്കൂ.

ഇനി എന്തുകൊണ്ടാണ് ശാസ്ത്രജ്ഞന്മാർ എനിക്ക് 'ആൽക്കലി ഗ്രൂപ്പിന്റെ' നിരയിൽത്തന്നെ മുറി ഒരുക്കിത്തന്നത്? ഒരൊറ്റ ഗുണമാണ് അതിനുകാരണം. രാസപ്രവർത്തനവേളയിൽ ഞാൻ ആൽക്കലി ലോഹങ്ങളെപ്പോലെ ഒരു ഇലക്ട്രോണിനെ വിട്ടുകൊടുക്കുന്നു.

എ ഡി 1932 ൽ ലോകം എന്നെക്കുറിച്ചുള്ള മൊത്തമായ മറ്റൊരു വാർത്ത കേട്ട് അമ്പരന്നു. എന്താണ് ആ വാർത്ത?

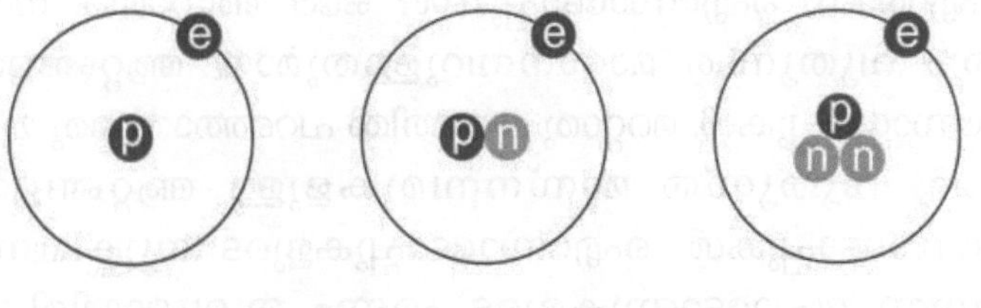

എനിക്കും സഹോദരങ്ങൾ

നിങ്ങൾക്ക് സഹോദരങ്ങൾ കാണുമെന്ന് എനിക്കറിയാം. ശാസ്ത്രജ്ഞന്മാർ എന്റെ സഹോദരങ്ങളെ കണ്ടുപിടിച്ചു. അവരെ നിങ്ങൾ പരിചയപ്പെടുന്നതിന് മുമ്പായി ചില കാര്യങ്ങൾ പറയട്ടെ.

ഞാൻ സാധാരണ ഹൈഡ്രജനാണ്. 'പ്രോട്ടിയം' എന്നപേരിൽ അറിയപ്പെടുന്നു. എന്റെ അറ്റോമിക നമ്പർ എത്രയാണെന്ന് നിങ്ങൾക്കറിയാമല്ലോ? 'ഒന്ന്.' എന്താണ് കൂട്ടുകാരെ അറ്റോമിക നമ്പർ? ഒരു ആറ്റത്തിൽ കാണുന്ന പ്രോട്ടോണുകളുടെ എണ്ണം അല്ലെങ്കിൽ ഇലക്ട്രോണുകളുടെ എണ്ണം. ഒരാറ്റത്തിലെ പ്രോട്ടോണുകളുടെയും ഇലക്ട്രോണുകളുടെയും എണ്ണം തുല്യമായിരിക്കുമെന്ന് നിങ്ങൾക്കറിയാം. അപ്പോൾ എന്റെ ന്യൂക്ലിയസിൽ ഒരു പ്രോട്ടോണും, ന്യൂക്ലിയസിന് പുറത്ത് ഒരു ഇലക്ട്രോണും കാണും അല്ലേ?

എന്റെ മാസ്നമ്പർ എത്രയാണ്? ഒന്ന്. എന്താണ് മാസ്നമ്പർ? ആറ്റത്തിലെ പ്രോട്ടോണുകളുടെയും ന്യൂട്രോണുകളുടെയും എണ്ണങ്ങൾ കൂട്ടികിട്ടുന്ന സംഖ്യ. എന്റെ ന്യൂക്ലിയസിൽ ഒരു പ്രോട്ടോൺ മാത്രമേയുള്ളൂ അല്ലേ? ന്യൂട്രോണുകൾ ഇല്ല. ന്യൂട്രോണുകൾ ഇല്ലാത്ത ആറ്റം ഏതാണ്? പ്രോട്ടിയം എന്നു

നിങ്ങൾ ഉത്തരം പറയുമെന്ന് എനിക്കറിയാം. മൂലകങ്ങളുടെ കൂട്ടത്തിൽ ഭാരം ഏറ്റവും കുറഞ്ഞ മൂലകം ഹൈഡ്രജനാണെന്ന് നിങ്ങൾക്കറിയാം. ഒരു ചോദ്യം കൂടി.

എന്താണ് ഐസോടോപ്പുകൾ? ഒരേ അറ്റോമിക നമ്പറുള്ളതും വ്യത്യസ്ത മാസ്നമ്പറുള്ളതുമായ ആറ്റങ്ങളാണ് ഐസോടോപ്പുകൾ. മറ്റൊരു തരത്തിൽ പറഞ്ഞാൽ ഒരു മൂലകത്തിന്റെ വ്യത്യസ്ത മാസ്നമ്പരുകളുള്ള ആറ്റങ്ങളാണ് ഐസോടോപ്പുകൾ. ഐസോടോപ്പുകളുടെ ന്യൂക്ലിയസിൽ കാണുന്ന പ്രോട്ടോണുകളുടെ എണ്ണം തുല്യമായിരിക്കും. എന്നാൽ ന്യൂട്രോണുകളുടെ എണ്ണം വ്യത്യസ്തമായിരിക്കും. ഐസോടോപ്പുകളെ 'സഹോദരങ്ങൾ' എന്നുവിശേഷിപ്പിച്ചുകൊള്ളട്ടെ. മിക്ക മൂലകങ്ങൾക്കും ഐസോടോപ്പുകൾ ഉണ്ടെന്ന് ശാസ്ത്രജ്ഞന്മാർ മനസ്സിലാക്കിയിട്ടുണ്ട്.

എ ഡി 1932 ൽ മർഫി (Murphy) എന്ന ശാസ്ത്രജ്ഞനും അദ്ദേഹത്തിന്റെ സഹപ്രവർത്തകരും എന്റെ സഹോദരിയെ കണ്ടുമുട്ടി. എന്റെ ഇരട്ടി ഭാരമുള്ള എന്റെ സഹോദരിയെ അവർ ഡ്യൂട്ടീരിയം (Deuterium) എന്നുപേരിട്ടു. ഞാനും ഡ്യൂട്ടീരിയവും തമ്മിലുള്ള വ്യത്യാസം എന്താണെന്ന് നിങ്ങൾക്കറിയേണ്ടേ? ഡ്യൂട്ടീരിയത്തിന്റെ ന്യൂക്ലിയസിൽ ഒരു പ്രോട്ടോണിനു പുറമേ ഒരു ന്യൂട്രോൺ കൂടി കാണപ്പെടുന്നു. അപ്പോൾ അവളുടെ അറ്റോമിക നമ്പർ എത്രയാണ്? ഒന്ന് അല്ലേ? മാസ്നമ്പർ എത്രയാണ്? രണ്ട് അല്ലേ?

ശാസ്ത്രജ്ഞന്മാർ എന്റെ മൂന്നാമത്തെ സഹോദരിയെയും കണ്ടെത്തി. അവർ എന്റെ മൂന്നാമത്തെ സഹോദരിയെ ട്രിഷിയം (Tritium) എന്നുവിളിച്ചു. ട്രിഷിയത്തിന്റെ ന്യൂക്ലിയസിൽ ഒരു പ്രോട്ടോണും രണ്ടു ന്യൂട്രോണുകളും കാണപ്പെടുന്നു. അപ്പോൾ ട്രിഷിയത്തിന്റെ മാസ്നമ്പർ എത്ര? അറ്റോമിക നമ്പർ എത്ര? നിങ്ങൾതന്നെ പറയൂ. ട്രിഷിയത്തിന്റെ പ്രധാന പ്രത്യേകത എന്താണെന്ന് നിങ്ങൾക്കറിയേണ്ടേ? ട്രിഷിയം റേഡിയോ ആക്ടിവത (Radio activtiy) പ്രദർശിപ്പിക്കുന്നു. എന്താണ് റേഡിയോ

ആക്ടീവത? ചില ആറ്റങ്ങളുടെ ന്യൂക്ലിയസുകൾ തനിയെ വിഘടിക്കുകയും ചിലതരം കിരണങ്ങൾ പുറത്തേക്ക് വിടുകയും ചെയ്യുന്നു. ഈ പ്രതിഭാസമാണ് 'റേഡിയോ ആക്ടീവത.' എല്ലാ മൂലകങ്ങളും ഈ പ്രതിഭാസം കാണിക്കില്ല. ഉയർന്ന മാസ്നമ്പറുള്ള ചില മൂലകങ്ങൾ മാത്രമേ ഈ പ്രതിഭാസം കാണിക്കുകയുള്ളൂ.

ഞങ്ങൾ പ്രോട്ടീയം, ഡ്യൂട്ടീരിയം, ട്രിഷിയം എന്നിവർ ഐസോടോപ്പുകൾ ആണ് എന്ന് നിങ്ങൾക്ക് മനസ്സിലായല്ലോ. അന്തരീക്ഷത്തിൽ ഏറ്റവും കൂടുതൽ കാണുന്ന ഹൈഡ്രജന്റെ ഐസോടോപ്പ് ഏതാണ്? ഞാൻ തന്നെ (പ്രോട്ടീയം). അന്തരീക്ഷത്തിൽ കാണുന്ന ഹൈഡ്രജന്റെ അളവിൽ 99 ശതമാനത്തിലേറെ പ്രോട്ടീയം കാണപ്പെടുന്നു.

ഞങ്ങളിൽ ക്രീയാശീലം കൂടുതൽ പ്രോട്ടീയത്തിന് തന്നെ. ഞങ്ങൾ മൂവരും പ്രധാനമായും ഭൗതിക ഗുണങ്ങളിൽ വ്യത്യാസപ്പെട്ടിരിക്കുന്നു.

അടുത്തകാലത്ത് ശാസ്ത്രജ്ഞന്മാർ കൃത്രിമമായി ചില ഹൈഡ്രജൻ ഐസോടോപ്പുകളെ നിർമ്മിച്ചു. ${}_{1}H^{4}$, ${}_{1}H^{6}$ എന്നിവരെ പക്ഷേ, അവരെല്ലാം തന്നെ അല്പായുസ്സുക്കളാണ്.

ഡ്യൂട്ടീരിയം ട്രിഷിയം എന്നിവരിൽ ഡ്യൂട്ടീരിയത്തിനാണ് കൂടുതൽ ഡിമാന്റ്. ഡ്യൂട്ടീരിയത്തിന് ഇലക്ട്രോൺ നഷ്ടപ്പെട്ടാൽ എന്തുകിട്ടും? ഡ്യൂട്ടീരിയം ന്യൂക്ലിയസ്. ഡ്യൂട്ടീരിയം ന്യൂക്ലിയസിന് പറയുന്ന പേരാണ് ഡ്യൂട്രോൺ (Deuteron). ഒരു ധന വൈദ്യുത ചാർജ്ജുള്ള ഡ്യൂട്രോൺ ന്യൂക്ലിയസിന്റെ മാസെത്ര?

കൃത്രിമപരിവർത്തനം (Artificial Transmutation)

1919 ൽ മഹത്തായ ഒരു സംഭവം നടന്നു. റഥർ ഫോർഡ് (Ruther Ford) എന്ന ശാസ്ത്രജ്ഞനാണ് ആ സംഭവത്തിനുത്തരവാദി. എന്താണ് ആ സംഭവം? ഒരു മൂലകത്തെ മറ്റൊരു മൂലകമാക്കി മാറ്റുവാൻ കഴിയുമെന്ന് അദ്ദേഹം കണ്ടുപിടിച്ചു. അദ്ദേഹം നടത്തിയ പരീക്ഷണമെന്താണെന്നറിയണ്ടേ?

നൈട്രജൻ ആറ്റങ്ങളെ ആൽഫാകണങ്ങൾ കൊണ്ടു പ്രഹരിച്ചു. അപ്പോൾ ഓക്സിജന്റെ ഒരു ഐസോടോപ്പ് $_8O^{17}$ ഉണ്ടായി.

കൃത്രിമ മാർഗ്ഗത്തിലൂടെ ഒരു മൂലകത്തെ മറ്റൊരു മൂലകമാക്കി മാറ്റുന്ന പ്രവർത്തനത്തിന് പറയുന്ന പേരാണ് 'ആർട്ടിഫിഷ്യൽ ട്രാൻസ്മ്യൂട്ടേഷൻ' (Artificial transmutation) മൂലകങ്ങളെ പ്രഹരിക്കുന്നതിനുപയോഗിക്കുന്ന കണങ്ങളെ 'പ്രൊജക്ടയിൽസ് (Projectiles) അല്ലെങ്കിൽ ബുള്ളറ്റുകൾ എന്നു വിളിക്കാം. ഏറ്റവും മികച്ച ബുള്ളറ്റാണ് ന്യൂട്രോൺ. കാരണം എന്താണെന്നോ? ന്യൂട്രോണിന് ചാർജില്ല.

ഇനി ആൽഫാകിരണം എന്താണെന്ന് നോക്കാം. റേഡിയോ ആക്ടീവ് കിരണമാണ് ആൽഫാകിരണം. ആൽഫാകിരണ (Alpha rays) ങ്ങളിൽ കാണുന്ന ധനവൈദ്യുത ചാർജ്ജുള്ള കണങ്ങളാണ് ആൽഫാ കണങ്ങൾ. ഇതിന് എന്റെ ആറ്റത്തിന്റെ ഇരട്ടി ചാർജും ഉണ്ട്.

ഇനി ചോദിക്കട്ടെ. ഹീലിയത്തിന്റെ അറ്റോമികനമ്പർ എത്രയാണ്? രണ്ട്. മാസ്നമ്പറോ? നാല്. ഹീലിയം ആറ്റത്തിന് രണ്ട് ഇലക്ട്രോൺ നഷ്ടപ്പെട്ടാൽ എന്തു സംഭവിക്കും? ധനവൈദ്യുത ചാർജ്ജുള്ള ഹീലിയം ന്യൂക്ലിയസുകിട്ടും അല്ലേ?

ഹീലിയം ന്യൂക്ലിയസിന്റെ ചാർജ് എത്രയാണ്? എന്റെ ആറ്റത്തിലുള്ളതിന്റെ ഇരട്ടി ചാർജ്. ഹീലിയം ന്യൂക്ലിയസിന്റെ മാസെത്ര? എന്റെ ആറ്റത്തിന്റെ നാലിരട്ടി ഭാരം. അല്ലേ? ഇതു തന്നെയാണല്ലോ ഒരു ആൽഫാകണത്തിന്റെ ചാർജും മാസും. അപ്പോൾ ആൽഫാകണങ്ങൾ ഹീലിയം ന്യൂക്ലിയസിന് സമമാണെന്ന് നിങ്ങൾക്ക് മനസ്സിലായല്ലോ?

ആൽഫാകിരണങ്ങളും, ഡ്യൂട്രോണുകളും 'ബുള്ളറ്റുകളായി ഉപയോഗിക്കുന്നു. ചാർജുള്ള കണങ്ങളിൽ ഏറ്റവും 'സമർത്ഥൻ' ഡ്യൂട്രോണുകൾ തന്നെ? നോക്കൂ. കാർബൺ 12 ($_6C^{12}$)നെ ഒരു ഡ്യൂട്ടോൺ ($_1H^2$) കൊണ്ടു പ്രഹരിക്കുമ്പോൾ ബോറോൺ ($_5B^{10}$)എന്ന മൂലകവും ആൽഫാകണവും ($_2He^4$) കിട്ടുന്നു.

$_{6}C^{12} + _{1}H^{2} \rightarrow _{5}B^{10} + _{2}He^{4}$

ന്യൂട്രോണുകളെ കണ്ടെത്തുന്നു

1931 ൽ ചാഡ്‌വിക് (Chadwick) എന്ന ശാസ്ത്രജ്ഞൻ ബരീലിയം (Beryllium) എന്ന മൂലകത്തെ ആൽഫാകണങ്ങൾ കൊണ്ട് പ്രഹരിപ്പിച്ചപ്പോൾ കാർബൺ എന്ന മൂലകം ഉണ്ടായി.

കാർബണോടൊപ്പം മറ്റൊരു കണവുംകൂടി ഉണ്ടായി.

$_{4}Be^{9} + _{2}He^{4} \rightarrow _{6}C^{12} + _{0}n^{1}$ (ന്യൂട്രോൺ)

ഈ കണത്തിന്റെ പ്രത്യേകതകൾ എന്തെല്ലാമാണെന്നറിയണ്ടേ? മാസ് ഏകദേശം ഒരു പ്രോട്ടോണിന്റേത്. ചാർജ് ഇല്ല. ഈ കണത്തിന് കൊടുത്ത പേരെന്താണെന്നോ? ന്യൂട്രോൺ. ചാഡ്‌വിക്കിന്റെ പരീക്ഷണം എന്താണ് തെളിയിച്ചത്? ആറ്റത്തിൽ ഇലക്ട്രോൺ, പ്രോട്ടോൺ എന്നീ കണങ്ങൾക്ക് പുറമേ ചാർജില്ലാത്ത കണമായ ന്യൂട്രോൺ കൂടിയുണ്ടെന്ന്. അല്ലേ?

ഞാൻ നിങ്ങളുടെ പരീക്ഷണശാലയിൽ

ആവശ്യമുള്ളപ്പോൾ ഉടൻ ഹൈഡ്രജൻ ലഭിക്കുന്നതിനും രാസവസ്തുക്കളുടെ പ്രവർത്തനം നിയന്ത്രിക്കുന്നതിനും പറ്റിയ ഒരു ഉപകരണം ഉണ്ട്. അതാണ് കിപ്സ് (Kipp's Apparatus) ഉപകരണം. 1884 ൽ ഡച്ച് ഔഷധശാസ്ത്രജ്ഞനായ പെട്രസ് കിപ് നിർമ്മിച്ച ഉപകരണമാണ് കിപ്സ് ഉപകരണം. ഹൈഡ്രജൻ മാത്രമല്ല മറ്റ് പല വാതകങ്ങളും ഈ ഉപകരണം ഉപയോഗിച്ച് നിർമ്മിക്കുന്നുണ്ട്.

കിപ്സ് ഉപകരണം രണ്ടുഭാഗങ്ങളായി വേർപ്പെടുത്തി എടുക്കാവുന്ന ഒരു ഉപകരണമാണ്. ചിത്രം നോക്കുക. ഉരുണ്ട ആകൃതിയുള്ള A എന്ന ഭാഗം ഒരു വലിയ ഫണലാണ്. B, C എന്ന രണ്ടു ബൾബുകൾ ഒരുമിച്ച് ചേർന്നതാണ് മറ്റേ ഭാഗം. A എന്ന

ഫണലിന്റെ വാൽ B എന്ന ബൾബിന്റെ വായിൽ ഇറുകി ചേർന്നിരിക്കുന്നു. A യുടെ അറ്റം C എന്ന ബൾബിന്റെ ചുവടുവരെ എത്തുന്നു. B എന്ന ബൾബിൽ നോക്കുക. എന്താണ് കാണുന്നത്? ഒരു ടാപ്പ് അല്ലേ?

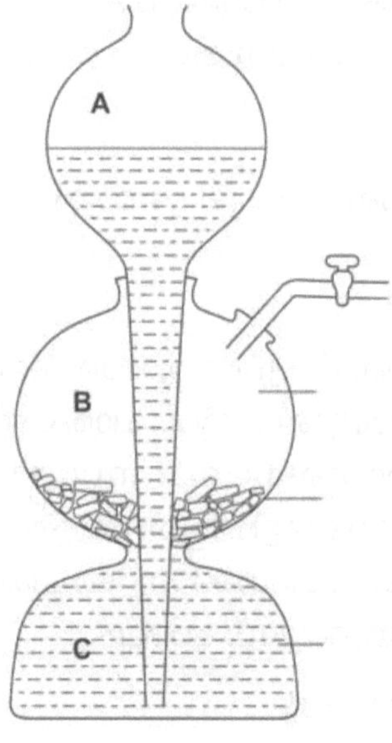

സിങ്ക് കഷണങ്ങൾ B എന്ന ബൾബിൾ ഇടുക. ടാപ്പ് തുറന്ന് പിടിച്ചുകൊണ്ട് A യിൽ കൂടി നേർപ്പിച്ച സൾഫ്യൂറിക് ആസിഡ് ഒഴിക്കുക. അത് C യിൽ നിറഞ്ഞ് B യിൽ എത്തുമ്പോൾ സിങ്കുമായി പ്രവർത്തിക്കുന്നു. ഹൈഡ്രജൻ ടാപ്പിലൂടെ പുറത്തേക്ക് വരുന്നു. ടാപ്പ് അടയ്ക്കുമ്പോൾ ഹൈഡ്രജൻ B യിൽ സംഭരിക്കപ്പെടുന്നു. തൽഫലമായി മർദ്ദം വർദ്ധിക്കുന്നു. ഹൈഡ്രജന്റെ മർദ്ദംമൂലം ആസിഡ് B യിൽനിന്ന് C യിലേക്ക് താഴ്ന്നു പോകുന്നു. അത് A യുടെ വായിലൂടെ ഉയരുന്നു. ഇപ്പോൾ എന്താണ് സംഭവിക്കുക? ആസിഡും സിങ്കുമായുള്ള പ്രവർത്തനം നില്ക്കുന്നു. ടാപ്പ് തുറന്ന് നോക്കുക. ഹൈഡ്രജൻ പുറത്തേക്കു പോകു

ന്നു. B യിലെ മർദ്ദം കുറയുന്നു. C യിൽനിന്ന് ആസിഡ് B യിലേക്ക് തള്ളിക്കയറുന്നു. സിങ്കുമായി പ്രവർത്തിക്കുന്നു. ഹൈഡ്രജൻ വീണ്ടും ഉണ്ടാകുന്നു. കൊള്ളാം. നല്ല മാർഗ്ഗം അല്ലേ? അപ്പോൾ കിപ്സ് ഉപകരണംകൊണ്ടുള്ള പ്രയോജന മെന്താണ്? ഉത്തരം നിങ്ങൾ പറയൂ.

എന്നാൽ കിപ്സ് ഉപകരണത്തിന് ചില പരിമിതികളുണ്ട്. അത് നിങ്ങൾക്കറിയണ്ടേ? രാസവസ്തുക്കളിൽ ഒരെണ്ണം ചെറിയ കഷണങ്ങളായി എടുക്കാവുന്നതാണ്. മറ്റേത് ദ്രാവകരൂപത്തിലാണ്. ഇവ രണ്ടും പ്രവർത്തിച്ചാൽ വാതക ഉല്പന്നം ഉണ്ടാകണം. ഇതാണ് ഒന്നാമത്തെ പരിമിതി. ചൂടാക്കുമ്പോൾ നടക്കുന്ന രാസ പ്രവർത്തനങ്ങൾ ഇതിൽ നടത്തുവാൻ കഴിയില്ല. ഇതാണ് മറ്റൊരു പരിമിതി.

കൂട്ടുകാരെ, എന്നെ നിർമ്മിക്കുവാൻ ഒരെളുപ്പ മാർഗ്ഗം ഞാൻ പറഞ്ഞുതരാം. തീർച്ചയായും നിങ്ങൾ അത് ചെയ്തു നോക്കണം കേട്ടോ? ആഹാര പാക്കറ്റിനകത്തിരിക്കുന്ന മിനുങ്ങുന്ന തകിടുകൾ ശേഖരിക്കുവാൻ എന്റെ കൂട്ടുകാർ മത്സരിക്കാറില്ലേ? നിങ്ങൾ എന്തിനാണ് അത് ശേഖരിക്കുന്നത് എന്ന് എനിക്കറിയാം. വട്ടത്തിൽ ഓടു വെട്ടി, അതിനുള്ളിൽ വർണ്ണക്കടലാസ് ഗുളികകൾ വെട്ടിവച്ച് അടുക്കി ഓലയില കൊണ്ട് ചുറ്റി ആകാശത്തേക്ക് എറിഞ്ഞു കളിക്കുന്ന കളിയുണ്ട്. അതാണ് അമിട്ട് മത്സരം. അമിട്ട് മത്സരത്തിൽ ഗുളികകൾ ഉണ്ടാക്കാൻ കുട്ടികൾ ഈ പേപ്പർ തകിട് ഉപയോഗിക്കാറുണ്ട്. ആ മിനുങ്ങുന്ന തകിടിൽ എന്താണുള്ളത്? നിങ്ങൾക്കറിയാമോ? ഞാൻ പറയാം. അലൂമിനിയം. അലൂമിനിയം ലോഹമാണോ അതോ അലോഹമാണോ? ലോഹമാണ്.

ആ മിനുങ്ങുന്ന തകിടുകൾകൊണ്ട് എന്നെ നിർമ്മിക്കാം എങ്ങനെയാണെന്ന് നോക്കുക.

ഇടുങ്ങിയ കഴുത്തുള്ള ഒരു കുപ്പിയെടുത്ത് ആഹാര പാക്കറ്റിലെ മിനുങ്ങുന്ന തകിടുകൾ മടക്കി അതിനകത്തിടുക. അല്പം ചുണ്ണാമ്പും, അലക്കുകാരവും ചേർത്ത് അവ മൂടത്തക്കവണ്ണം ജലം കുപ്പിയിൽ എടുക്കുക. ഇത്രയും കഴിഞ്ഞ് രണ്ടുമൂന്ന് തവണ

വായുനിറച്ച് അയവുള്ളതാക്കിത്തീർത്ത ഒരു ബലൂൺ കുപ്പിയുടെ വായിൽ വായു നിബദ്ധമായി കെട്ടുക. കുപ്പിക്കകത്തെടുത്തിരിക്കുന്ന പദാർത്ഥങ്ങളുടെ പ്രവർത്തനഫലമായി ഞാൻ ജനിക്കുന്നു. ബലൂണിൽ നിറയുന്നു. ബലൂൺ നിറയുമ്പോൾ അതിന്റെ കഴുത്ത് നല്ലവണ്ണം കെട്ടുക. എന്നിട്ട് ബലൂൺ കുപ്പിയിൽനിന്നും അഴിച്ചെടുക്കുക. പിടി വിടരുത് കേട്ടോ? പിടിവിട്ടാൽ ഞാൻ ബലൂണുമായി അന്തരീക്ഷത്തിൽ ഉയർന്നുപോകും.

എന്താണ് ഇങ്ങനെ സംഭവിക്കാൻ കാരണം?

കാരണം കണ്ടുപിടിക്കാമോ?

ഇനി ഞാൻ എന്റെ ഗുണങ്ങളെക്കുറിച്ച് പറയാം.

എന്റെ ഭൗതികഗുണങ്ങൾ

ഞാൻ ഒരു വാതകമാണെന്ന് നിങ്ങൾക്കറിയാമല്ലോ? വായുവിനേക്കാൾ ഭാരം കുറഞ്ഞ ഒരു വാതകം? അതാണ് എന്റെ ഒരു പ്രത്യേക ഗുണം? മർദ്ദം ഒരു അന്തരീക്ഷവും ഊഷ്മാവ് പൂജ്യം ഡിഗ്രി സെന്റിഗ്രേഡും ആയിരിക്കുമ്പോൾ എന്റെ സാന്ദ്രത എത്രയാണെന്നറിയണ്ടേ? 0.0899 ഗ്രാം പ്രതി ലിറ്റർ.

കൂട്ടുകാരേ ഇനി പറയാമോ? ഹൈഡ്രജൻ നിറച്ച് ബലൂൺ അന്തരീക്ഷത്തിൽ ഉയർന്ന് ഉയർന്ന് പോകുവാനുള്ള കാരണം? എന്റെ ഭൗതിക ഗുണങ്ങളറിയണ്ടേ? പറയാം. നിറമോ മണമോ ഇല്ലാത്ത വാതകമാണ് ഞാൻ. ഞാനൊരു വിഷവാതകമല്ല. ജലത്തിൽ അല്പം മാത്രമേ ലയിക്കൂ. സാധാരണ അവസ്ഥയിൽ $100cm^3$ ജലത്തിൽ $2cm^3$ ഹൈഡ്രജൻ ലയിക്കുന്നു. നിങ്ങൾ 'Occlusion' എന്നു കേട്ടിട്ടുണ്ടോ? കേട്ടിട്ടില്ലെങ്കിൽ ഞാൻ പറയാം. പ്ലാറ്റിനം (Platinum) പലേഡിയം (Palladium) എന്നീ മൂലകങ്ങൾ അവയുടെ ആറ്റങ്ങൾക്കിടയിൽ എന്നെ ഒളിപ്പിച്ചിരുത്തും. മറ്റൊരു തരത്തിൽ പറഞ്ഞാൽ മേല്പറഞ്ഞ മൂലകങ്ങൾ എന്നെ ആഗിരണം ചെയ്യും. അവ ചൂടാക്കുമ്പോൾ എന്നെ പുറത്തേക്ക് വിടും. വാതകങ്ങളെ ആഗിരണം ചെയ്ത് ഉൾക്കൊള്ളുന്ന പ്രതിഭാസമാണ് 'Occlusion.'

ദ്രാവക ഹൈഡ്രജൻ

എളുപ്പത്തിൽ ദ്രവിക്കുന്ന ഒരു വാതകമല്ല ഞാൻ. ഏകദേശം - 240°C തണുപ്പിച്ച് ഉന്നത മർദ്ദം പ്രയോഗിച്ചാൽ ഞാൻ ദ്രാവകമായി മാറും. പൂർണ്ണമായും ദ്രാവകാവസ്ഥ പ്രാപിക്കുവാൻ - 252.87°C വരെ തണുപ്പിക്കണം. ദ്രാവകമായി മാറിയാൽ എന്നെ ദ്രാവക ഹൈഡ്രജൻ (Liquid Hydrogen) എന്നുവിളിച്ചോളൂ. ഞാൻ ദ്രാവകമായാൽ എന്തൊക്കെയായിരിക്കും പ്രത്യേകതകൾ? ഭാരം കുറഞ്ഞ ഒരു ദ്രാവകം. നിറമില്ലാത്ത ഒരു ദ്രാവകം. - 252.87°C ൽ തിളയ്ക്കുന്ന ദ്രാവകം. ഇതൊക്കെയായിരിക്കും പ്രത്യേകതകൾ. ദ്രാവക ഹൈഡ്രജനെ ഉന്നത മർദ്ദത്തിൽ വീണ്ടും തണുപ്പിച്ചാൽ ഞാൻ ഖര ഹൈഡ്രജനായി (Solid Hydrogen) മാറും. ഊഷ്മാവ് ഏകദേശം - 259.2°C വരെ എത്തണം. അപ്പോൾ ഞാൻ സുതാര്യമായ ഐസ് പോലെയുള്ള ഒരു ഖരവസ്തുവായി മാറുന്നു.

ഇനി എന്റെ രാസഗുണങ്ങളറിയണ്ടേ?

എന്റെ രാസഗുണങ്ങൾ

എന്റെ രാസഗുണങ്ങൾ അറിയുവാൻ നിങ്ങൾക്ക് വെമ്പൽ കാണുമെന്നെനിക്കറിയാം. ഞാൻ ഓക്സിജനെപ്പോലെ ഒരു ജ്വലനസഹായി അല്ല.

ഒരു ജാർ ഹൈഡ്രജൻ തലകീഴായി പിടിച്ചുകൊണ്ട് അതിനുള്ളിലേക്ക് കത്തുന്ന ഒരു നീണ്ട മെഴുകുതിരി കടത്തിനോക്കൂ. മെഴുകുതിരി കെട്ടുപോകുന്നു. എന്താണിത് കാണിക്കുന്നത്. ഞാൻ ജ്വലനസഹായി അല്ലെന്നല്ലേ?

പക്ഷേ, ഞാൻ ജ്വലിക്കുന്ന ഒരു വാതകമാണ്. ഞാൻ ശുദ്ധമാണെങ്കിൽ നിശ്ശബ്ദമായി ജ്വലിക്കുന്നു. എന്നെ ഓക്സിജനുമായി കലർത്തുക. വായുവുമായി കലർത്തിയാലും മതി. എന്നിട്ട് ഒരു മെഴുകുതിരി ജാറിന്റെ വായ്ക്ക് സമീപം കൊണ്ടുവരുക. 'ഠോ....' ഞാനൊരു പൊട്ടിത്തെറിയോടെ കത്തുന്നു.

ഇനി ഞാനൊരു കാര്യം ചോദിച്ചോട്ടെ? നിങ്ങൾ സയൻസ് എക്സിബിഷൻ കാണാൻ പോയിട്ടുണ്ടോ? അവിടെ 'ഹൈഡ്രജൻ വെടി' എന്നൊരു ബോർഡ് വച്ചിരിക്കുന്നത് നിങ്ങൾ കണ്ടു കാണും? വിവരണം നല്കുന്ന ആൾ ഉപകരണത്തിൽനിന്നും വാതകം ശേഖരിച്ച് മെഴുകുതിരിയിൽ കാണിച്ച് കത്തിക്കുന്നു.

'ഠോ....' ഒരു ശബ്ദം. ഇങ്ങനെ ശബ്ദമുണ്ടാക്കിയ വാതകം ഞാൻ തന്നെയാണ്. എടാ ഭയങ്കരാ... നിങ്ങൾ എന്നെക്കുറിച്ച് അങ്ങനെ പറയുമായിരിക്കാം. അപ്പോൾ എന്നെ ഉപയോഗിച്ചുള്ള പരീക്ഷണങ്ങൾ സൂക്ഷിച്ചുവേണം നടത്തുവാൻ അല്ലേ?

ഞാൻ വായുവിൽ ജ്വലിക്കുമ്പോൾ ഉണ്ടാകുന്നത് എന്താണ്? വസ്തുക്കൾ ജ്വലിക്കുമ്പോൾ ആരുമായിട്ടാണ് ചേരുന്നത്? ഓക്സിജനുമായി. അതുപോലെ ഞാൻ വായുവിൽ ജ്വലിക്കുമ്പോൾ ഓക്സിജനുമായി ചേരുന്നു. ഹൈഡ്രജനും ഓക്സിജനും കൂടി ചേർന്നാൽ എന്താണുണ്ടാകുന്നത്? ജലം. സംശയിക്കേണ്ട.

കുപ്രിക് ഓക്സൈഡ് എന്ന് കേട്ടിട്ടില്ലേ? കോപ്പറും ഓക്സിജനും അടങ്ങിയ ഒരു സംയുക്തം. നിറം കറുപ്പ്. ചൂടാക്കിയ കുപ്രിക് ഓക്സൈഡിന് മുകളിലൂടെ ഹൈഡ്രജൻ കടത്തിവിടുക. ഒരു ചുവന്ന പൊടി അവശേഷിക്കുന്നു. ആ ചുവന്ന പൊടി കോപ്പർ ആണ്. നോക്കൂ.... ഞാൻ കുപ്രിക് ഓക്സൈഡിലെ ഓക്സിജനെ മാറ്റിക്കളഞ്ഞു. അപ്പോൾ കുപ്രിക് ഓക്സൈഡ് കോപ്പറായി. ഞാൻ ഓക്സിജനുമായി ചേർന്ന് ജലമായി. ഞാൻ കുപ്രിക് ഓക്സൈഡിലെ ഓക്സിജനെ നീക്കം ചെയ്യുന്ന പ്രവർത്തനം നിരോക്സീകരണമാണ് (Reducing Agent) എന്നല്ലേ ഇത് തെളിയിക്കുന്നത്. അതെ. ഞാൻ ഒരു നിരോക്സീകാരി. എന്താണ് നിരോക്സീകരണം, ഓക്സീകരണം എന്നൊക്കെ പറഞ്ഞാൽ? ഞാൻ പറഞ്ഞുതരാം കേട്ടോളൂ.

ഓക്സീകരണവും നിരോക്സീകരണവും

ഒരു പദാർത്ഥത്തോട് ഓക്സിജനെ ചേർക്കുന്ന പ്രവർത്തനമാണ് ഓക്സീകരണം. അല്ലെങ്കിൽ ഒരു പദാർത്ഥത്തിൽനിന്നും ഹൈഡ്രജനെ നീക്കം ചെയ്യുന്ന പ്രവർത്തനമാണ് ഓക്സീകരണം.

ഓക്സിജൻ ഒരു വിദ്യുത്ഋണ (Electronegative) മൂലകമാണ്. എന്താണ് വിദ്യുത്ഋണ മൂലകങ്ങൾ? രാസപ്രവർത്തന

വേളയിൽ ഇലക്ട്രോണുകൾ നേടുന്ന മൂലകങ്ങളല്ലേ?

ഹൈഡ്രജൻ വിദ്യുത് ധന (Electropositive) മൂലകമാണ്. എന്താണ് വിദ്യുത് ധനമൂലകങ്ങൾ? രാസപ്രവർത്തന വേളയിൽ ഇലക്ട്രോണുകൾ നഷ്ടപ്പെടുന്നവ. മേല്പറഞ്ഞ നിർവ്വചനം ഒന്നുംകൂടി തെളിച്ചു പറഞ്ഞാൽ ഒരു പദാർത്ഥത്തോട് ഒരു വിദ്യുത് ഋണ മൂലകത്തെ ചേർക്കുന്ന പ്രവർത്തനമാണ് ഓക്സീകരണം. ഒരു പദാർത്ഥത്തിൽനിന്നും വിദ്യുത് ധന മൂലകത്തെ നീക്കം ചെയ്യുന്ന പ്രവർത്തനമാണ് ഓക്സീകരണം.

അപ്പോൾ ഓക്സിജനെ ചേർക്കുന്ന പ്രവർത്തനമാണ് ഓക്സീകരണം (Oxidation is the addition of oxygen).

ഹൈഡ്രജനെ നീക്കം ചെയ്യുന്ന പ്രവർത്തനമാണ് ഓക്സീകരണം (Oxidation is the removal of hydrogen).

വിദ്യുത്ഋണ മൂലകത്തെ ചേർക്കുന്ന പ്രവർത്തനമാണ് ഓക്സീകരണം. (Oxidation is the addition of an eletcro negative element).

വിദ്യുത് ധനമൂലകത്തെ നീക്കം ചെയ്യുന്ന പ്രവർത്തനമാണ് ഓക്സീകരണം (Oxidation is the removal of an eletcro positive element).

ഇനി നിരോക്സീകരണം എന്താണെന്ന് നോക്കാം.

ഹൈഡ്രജൻ ചേർക്കുന്ന പ്രവർത്തനമാണ് നിരോക്സീകരണം (Reduction is the addition of hydrogen).

ഓക്സിജനെ നീക്കം ചെയ്യുന്ന പ്രവർത്തനമാണ് നിരോക്സീകരണം. (Reduction is the removal of oxygen).

വിദ്യുത്ധന മൂലകം ചേർക്കുന്ന പ്രവർത്തനമാണ് നിരോക്സീകരണം (Reduction is the addition of an eletcropositive element).

വിദ്യുത്ഋണമൂലകം നീക്കം ചെയ്യുന്ന പ്രവർത്തനമാണ് നിരോക്സീകരണം (Reduction is the removal of an eletcronegative element).

ഋണവൈദ്യുത ചാർജുള്ള 'റാഡിക്കലിനെ' (Radical) ചേർക്കുന്നതും ഓക്സീകരണമാണ്.

ധനവൈദ്യുത ചാർജുള്ള റാഡിക്കലിനെ നീക്കം ചെയ്യുന്നതും ഓക്സീകരണമാണ്.

എന്താണ് 'റാഡിക്കൽ'?

വ്യത്യസ്ത മൂലകങ്ങളുടെ ആറ്റങ്ങളുടെ കൂട്ടം. ഈ ആറ്റങ്ങളുടെ കൂട്ടത്തിന് ചാർജുണ്ടായിരിക്കും. ഇതാണ് റാഡിക്കൽ. ഒരു ഉദാഹരണം പറയാം. സൾഫേറ്റ് റാഡിക്കൽ $(SO_4)^{-2}$ നോക്കൂ. ഏതെല്ലാം മൂലകങ്ങളുടെ ആറ്റങ്ങളുടെ കൂട്ടമാണ് സൾഫേറ്റ് റാഡിക്കൽ? അതിന്റെ ചാർജ് എന്താണ്?

ഇനി പുതിയ നിർവ്വചനങ്ങൾ പറയാം.

പുതിയ നിർവ്വചനം

ഒരാറ്റമോ, അയോണോ ഇലക്ട്രോൺ നഷ്ടപ്പെടുത്തുന്ന പ്രവർത്തനമാണ് ഓക്സീകരണം (Oxidation = De electronation).

ഇലക്ട്രോൺ സ്വീകരിക്കുന്ന പദാർത്ഥമാണ് ഓക്സീകാരി.

ഒരാറ്റമോ, അയോണോ ഇലക്ട്രോൺ നേടുന്ന പ്രവർത്തനമാണ് നിരോക്സീകരണം (Reduction = Electronation).

ഇലക്ട്രോൺ നഷ്ടപ്പെടുത്തുന്ന പദാർത്ഥമാണ് നിരോക്സീകാരി.

ഇനി ഞാൻ ചോദ്യങ്ങൾ ചോദിക്കട്ടെ. ഉത്തരം നിങ്ങൾ പറയണം. പുതിയ സിദ്ധാന്തങ്ങൾ പറഞ്ഞാൽ മതി. തെറ്റരുത്. കേട്ടോ?

ഓക്സീകരണം എന്നാലെന്ത്?

നിരോക്സീകരണം എന്നാലെന്ത്?

ഓക്സീകാരി എന്നാലെന്ത് ?

നിരോക്സീകാരി എന്നാലെന്ത്?

ഇലക്ട്രോൺ നേടുന്ന പ്രക്രിയയും, ഇലക്ട്രോൺ നഷ്ടപ്പെടുന്ന പ്രക്രിയയും ഒരുമിച്ചു നടന്നേ പറ്റൂ. അല്ലേ? ഈ രണ്ടു പ്രക്രിയകളും ഒരുമിച്ച് നടക്കുന്നതുകൊണ്ട് അവയെ റിഡോക്സ് (Redox) പ്രവർത്തനം എന്നുപറയുന്നു.

ഓക്സീകരണവും നിരോക്സീകരണവും ഒരുമിച്ചു നടക്കുന്ന പ്രവർത്തനങ്ങളാണ്.

ഇനി ഞാനൊരു കവിത ചൊല്ലുന്നു. നിങ്ങളും ചൊല്ലണം.

"ഓക്സിജൻ ചേർക്കുന്നതോക്സീകരണം.

ഹൈഡ്രജൻ നീക്കുന്നതോക്സീകരണം.

ഓക്സിജനും, ഹൈഡ്രജനും

ഇല്ലെങ്കിൽ പിന്നെ

വിദ്യുത്ഋണ മൂലകം ചേർക്കുന്നതോക്സീകരണം.

വിദ്യുത്ധന മൂലകം

നീക്കുന്നതോക്സീകരണം.

പുതിയൊരു വിജ്ഞാനം

നല്കിടാം ഞാനിപ്പോൾ

'ഇലക്ട്രോൺ 'പോകുന്ന' തോക്സീകരണം.

ഹൈഡ്രജൻ ചേർത്താൽ

നിരോക്സീകരണം

ഓക്സിജൻ നീക്കിയാൽ
നിരോക്സീകരണം.
ഓക്സിജനും ഹൈഡ്രജനും
ഇല്ലെങ്കിൽ പിന്നെ
വിദ്യുത്ധനമൂലകം ചേർത്താൽ
നിരോക്സീകരണം.
വിദ്യുത്ഋണമൂലകം നീക്കിയാൽ
നിരോക്സീകരണം.
പുതിയൊരു വിജ്ഞാനം
നല്കിടാം ഞാനിപ്പോൾ
ഇലക്ട്രോൺ ചേർത്താൽ
നിരോക്സീകരണം.
ഇലക്ട്രോൺ പോകുന്നു
ഇലക്ട്രോൺ ചേരുന്നു
ഒരുമിച്ച് നീങ്ങുന്നു
പ്രക്രിയകൾ ഇവ രണ്ടും.
ഇതുതന്നെ, ഇതുതന്നെ
റിഡോക്സ് പ്രവർത്തനം.''

ഇനിയുമുണ്ട് രാസഗുണങ്ങൾ

ഇനി എന്റെ മറ്റു ചില രാസഗുണങ്ങൾ പറയട്ടെ. ഞാൻ സൂര്യപ്രകാശത്തിന്റെ സാന്നിദ്ധ്യത്തിൽ ക്ലോറിനുമായി ചേർന്ന് ഹൈഡ്രജൻ ക്ലോറൈഡായി മാറുന്നു. ഈ ഹൈഡ്രജൻ ക്ലോറൈഡ് ജലത്തിൽ ലയിച്ചാൽ എന്തുകിട്ടും? ഹൈഡ്രോക്ലോറിക് ആസിഡ്.

ഉരുകിയ സൾഫറിലൂടെ ഞാൻ കടന്നുപോകുമ്പോൾ ഹൈഡ്രജൻ സൾഫൈഡ് (H_2S) വാതകം ഉണ്ടാകുന്നു. ഹൈഡ്രജൻ സൾഫൈഡിന്റെ ഗന്ധം എന്താണെന്നറിയണ്ടേ? ചീഞ്ഞ മുട്ടയുടെ ഗന്ധം. ചീഞ്ഞ മത്സ്യത്തിന്റെ ഗന്ധമുള്ള ഒരു വാതകമുണ്ട്. ഫോസ്ഫീൻ (PH_3).

ഞാൻ വായുവിൽ കത്തുമ്പോൾ ജലമുണ്ടാകും. സംശയമുണ്ടോ? ഞാൻ വായുവിൽ കത്തുമ്പോൾ ആരുമായിട്ടാണ് ചേരുന്നത്?

കൂട്ടുകാർക്ക് രാസവളം എന്താണെന്ന് അറിയാമല്ലോ? അറിയില്ലെങ്കിൽ ഞാൻ പറഞ്ഞുതരാം? മണ്ണിന്റെ ഫലപുഷ്ടി വർദ്ധിപ്പിക്കുവാൻ വേണ്ടി മണ്ണിനോട് ചേർക്കുന്ന ദ്രവ്യമാണ് രാസവളം. രാസവളങ്ങൾ സസ്യങ്ങളുടെ വളർച്ചയ്ക്ക് ആവശ്യമായ മൂലകങ്ങൾ നല്കുന്നു.

അമോണിയം സൾഫൈറ്റ് ഒരു രാസവളമാണ്. അത് നിർമ്മിക്കാൻ വൻതോതിൽ അമോണിയ കൂടിയേ തീരു. വൻതോതിൽ അമോണിയ നിർമ്മിക്കുവാൻ എന്നെ ഉപയോഗിക്കുന്നു.

നൈട്രജനും ഞാനും 1:3 എന്ന അനുപാതത്തിൽ കലർന്ന മിശ്രിതം ഉന്നത മർദ്ദത്തിൽ ഏകദേശം 450^0C സൂക്ഷിച്ചിരിക്കുന്ന ഇരുമ്പുപൊടിയിലൂടെ കടത്തിവിടുമ്പോൾ അമോണിയ ഉണ്ടാകുന്നു. അമോണിയ നിർമ്മിക്കുന്ന ഈ പ്രക്രിയ ഹേബർ പ്രക്രിയ (Haber Process) എന്നാണറിയപ്പെടുന്നത്.

ചില നേരങ്ങളിൽ

ഞാൻ ഒരു നിരോക്സീകാരിയാണെന്ന് നിങ്ങൾക്കറിയാമല്ലോ. ചില അവസരങ്ങളിൽ ഞാനൊരു ഓക്സീകാരിയായും പ്രവർത്തിക്കും. സോഡിയം, പൊട്ടാസ്യം, കാത്സ്യം, ബേരിയം തുടങ്ങിയ ലോഹങ്ങളുമായി ഞാൻ പ്രവർത്തിക്കുമ്പോൾ അവയുടെ ഹൈഡ്രയിഡുകൾ ഉണ്ടാകുന്നു. ലോഹങ്ങളുടെ സ്വഭാവം നിങ്ങൾക്കറിയാമല്ലോ? രാസപ്രവർത്തനവേളയിൽ അവ ഇല

ക്ട്രോണുകളെ വിട്ടുകൊടുക്കുന്നു. ഇലക്ട്രോണുകളെ നഷ്ടപ്പെടുത്തുന്ന മൂലകങ്ങളെ വിളിക്കുന്ന പേരെന്താണ്? ഞാൻ മുമ്പ് പറഞ്ഞിട്ടുണ്ട്. മേല്പറഞ്ഞ ലോഹങ്ങളുമായി ഞാൻ പ്രവർത്തിക്കുമ്പോൾ അവ നഷ്ടപ്പെടുത്തുന്ന ഇലക്ട്രോണുകൾ ഞാൻ സ്വീകരിക്കുന്നു. ഇലക്ട്രോണുകൾ സ്വീകരിക്കുന്ന മൂലകങ്ങളെ വിളിക്കുന്ന പേരെന്താണ്? ഓക്സീകാരി അല്ലേ? അപ്പോൾ ഞാനൊരു ഓക്സീകാരിയാണ് അല്ലേ? എന്റെ ചെറിയൊരു കുസൃതി. ഒരു തമാശ.

ഞാനൊരു കുസൃതിക്കാരൻ

എന്റെ മറ്റൊരു കുസൃതി കേൾക്കണ്ടേ?

രാസപ്രവർത്തനം വഴി ഞാൻ ജനിക്കുമ്പോൾ അറ്റോമിക രൂപത്തിലായിരിക്കും. ഈ അവസ്ഥയിൽ എന്ന നവജവാവസ്ഥയിലുള്ള ഹൈഡ്രജൻ (Nascent Hydrogen) എന്നു വിളിക്കുന്നു. അപ്പോൾ എന്റെ പ്രവർത്തനശേഷി എത്രകൂടുതലായിരിക്കുമെന്നോ? ജനിച്ച് കുറച്ചുസമയം കഴിയുമ്പോൾ ഞാൻ തന്മാത്രാരൂപത്തിലാകും. തന്മാത്രാരൂപത്തിലായിരിക്കുമ്പോൾ ഞാൻ അത്ര 'തീവ്ര'മല്ല. ആർക്കാണ് കൂടുതൽ തീവ്രത? അറ്റോമിക ഹൈഡ്രജനോ തന്മാത്രാരൂപത്തിലുള്ള ഹൈഡ്രജനോ? അറ്റോമിക ഹൈഡ്രജൻ അല്ലേ! എന്താണ് കാരണം?

ജനിക്കുമ്പോൾ ഞാൻ ആറ്റങ്ങളായി പുറത്തുവരുന്നു. ആറ്റങ്ങളായി കൂടുതൽ സമയം എനിക്ക് നില്ക്കാൻ കഴിയില്ല. രണ്ടു ആറ്റങ്ങൾ ഒന്നുചേർന്നാൽ മാത്രമേ 'സ്വതന്ത്രമായി നില്ക്കാൻ' കഴിയൂ. കാര്യം ചോദിക്കരുത്. അതൊരു രഹസ്യമാണ്. ഇപ്പോൾ ഞാനത് പറയുന്നില്ല.

തന്മാത്രാരൂപത്തിലുള്ള ഹൈഡ്രജനേക്കാൾ നവജവാവസ്ഥയിലുള്ള ഹൈഡ്രജന് കൂടുതൽ തീവ്രത വരാൻ കാരണമെന്താണ്? ഈ ചോദ്യം ശാസ്ത്രജ്ഞന്മാരെ അലട്ടി. അവർ പുതിയ പല സിദ്ധാന്തങ്ങളും കണ്ടെത്തി.

എന്താണ് ആ സിദ്ധാന്തങ്ങൾ? ഞാൻ പറയാം. നവജവാവസ്ഥയിലുള്ള ഹൈഡ്രജൻ അറ്റോമിക രൂപത്തിലായതുകൊണ്ടാണ് ഇത്ര തീവ്രത. ഒരുകൂട്ടരുടെ വാദം. ഇവിടെയും ഞാനൊരു കുസൃതികാണിക്കുന്നു. വ്യത്യസ്ത രാസപ്രവർത്തനം വഴി നിർമ്മിക്കുന്ന നവജവാവസ്ഥയിലുള്ള ഹൈഡ്രജൻ വ്യത്യസ്ത സ്വഭാവം കാണിക്കുന്നു. ഇതെന്താണ് സൂചിപ്പിക്കുന്നത്? നവജവാവസ്ഥയിലുള്ള ഹൈഡ്രജന്റെ തീവ്രതയ്ക്ക് അറ്റോമികരൂപം മാത്രമല്ല, മറ്റു പല കാരണങ്ങളും കൂടിയുണ്ട് എന്നല്ലേ. മറ്റൊരു കൂട്ടർ പറഞ്ഞതെന്താണെന്നോ? നവജവാവസ്ഥയിലുള്ള ഹൈഡ്രജനിൽ കൂടുതൽ ഊർജ്ജം അടങ്ങിയിരിക്കുന്നു. ഈ അധികമുള്ള ഊർജ്ജമാണ് തീവ്രതയ്ക്ക് കാരണം. ഇനി മൂന്നാമതൊന്നുകൂടി. ഞാൻ ജനിക്കുന്ന അവസരത്തിൽ ചെറിയ കുമിളകളായി വരുന്നു. ഈ കുമിളകളുടെ വലിപ്പം നന്നേ ചെറുതായതുകൊണ്ട് ആന്തരിക മർദ്ദം (Internal pressure) വളരെ കൂടുതലായിരിക്കും. ഈ ആന്തരികമർദ്ദമാണ് നവജവാവസ്ഥയിലുള്ള ഹൈഡ്രജന്റെ തീവ്രതയ്ക്ക് കാരണം.

ഇതിനെ പിന്താങ്ങുന്ന ഒരു വസ്തുതയുണ്ട്. മർദ്ദപ്രയോഗം മൂലം തന്മാത്രാരൂപത്തിലുള്ള എന്റെ ക്രിയാശീലം കൂടുന്നു.

വിഷമിക്കേണ്ട, കേട്ടോ? അറ്റോമികഹൈഡ്രജൻ മോളിക്കുലാർ ഹൈഡ്രജനേക്കാൾ തീവ്രമാണ്. എന്തുകൊണ്ട്? എന്ന ഒരു ചോദ്യം ആരെങ്കിലും ചോദിക്കുകയാണെങ്കിൽ മേല്പറഞ്ഞ മൂന്ന് സിദ്ധാന്തങ്ങളും ഉത്തരമായി പറഞ്ഞോളൂ. കേട്ടോ? ഇനിയും പുതിയ സിദ്ധാന്തങ്ങൾ എന്നെക്കുറിച്ചു വരും. നിങ്ങളും വലുതാകുമ്പോൾ പുതിയ സിദ്ധാന്തങ്ങൾ കണ്ടുപിടിക്കാൻ ശ്രമിക്കൂ.

എന്തുകൊണ്ടാണ് ആറ്റങ്ങൾ ഒത്തുചേരുന്നത്? മറ്റൊരു തരത്തിൽ പറഞ്ഞാൽ എന്തുകൊണ്ടാണ് ആറ്റങ്ങൾ രാസപ്രവർത്തനത്തിൽ ഏർപ്പെടുന്നത്?

ഒരു രഹസ്യം

ഒരു വടി മേശപ്പുറത്തു കുത്തനെ നിർത്തുക. എന്തുസംഭവിക്കും? അത് മറിഞ്ഞുവീഴുന്നു. എന്തുകൊണ്ട്?

'സ്ഥിരത' ഇല്ലാത്തതുകൊണ്ട്. എന്തിനു വീഴുന്നു?

സ്ഥിരമായ സ്ഥാനം (Stable position) കിട്ടുവാൻ വേണ്ടി അല്ലേ? എല്ലാ അസ്ഥിരമായ വസ്തുക്കളുടെയും സ്വഭാവമെന്താണ്? സ്ഥിരതയുള്ളതാകുക. അതിനുവേണ്ടി ശ്രമിക്കുക.

ഇതുതന്നെയാണ് ആറ്റങ്ങളും കാണിക്കുന്നത്. ആറ്റങ്ങൾ സ്ഥിരത കൈവരിക്കുവാൻ ശ്രമിക്കുന്നു. ആ ശ്രമമാണ് രാസപ്രവർത്തനം (Chemical reaction). ആ ശ്രമത്തിന്റെ ഫലമായി പുതിയ പുതിയ പദാർത്ഥങ്ങൾ ഉണ്ടാകുന്നു.

കൂട്ടുകാരേ... നിങ്ങൾ അലസവാതകങ്ങളെക്കുറിച്ച് കേട്ടിട്ടുണ്ടല്ലോ. രാസപ്രവർത്തനശേഷി നഷ്ടപ്പെട്ടവർ. എന്തുകൊണ്ടാണ് അലസവാതകങ്ങൾ രാസപ്രവർത്തനത്തിലേർപ്പെടാത്തത്? അവ സ്ഥിരത കൈവരിച്ചതുകൊണ്ട് എന്ന് നിങ്ങൾ ഉത്തരം പറയുമെന്ന് എനിക്കറിയാം. അവയുടെ ആറ്റങ്ങൾക്ക് രാസപ്രവർത്തനത്തിലേർപ്പെടാതെ സ്ഥിരത വന്നതെങ്ങനെയാണ്? നിങ്ങളുടെ അടുത്ത ചോദ്യം ഇതായിരിക്കുമല്ലോ?

കേട്ടോളൂ ഞാൻ പറഞ്ഞുതരാം.

അലസ വാതകങ്ങളുടെ ആറ്റങ്ങളുടെ ഘടന നമുക്ക് ഒന്ന് പരിശോധിച്ച് നോക്കാം. ഹീലിയം ഒഴിച്ച് മറ്റെല്ലാ അലസവാതകങ്ങളുടെയും ഏറ്റവും പുറത്തുള്ള ഓർബിറ്റിലെ (outermost orbit) ഇലക്ട്രോണുകൾ എണ്ണി നോക്കൂ. നിങ്ങൾ എന്താ കാണുന്നത്? എട്ട് ഇലക്ട്രോണുകൾ വീതം അല്ലേ? ഹീലിയത്തിലോ രണ്ട്. ഈ പ്രത്യേകതയാണ് അവയുടെ സ്ഥിരതയ്ക്ക് കാരണം എന്ന് നമുക്ക് അനുമാനിക്കാമല്ലോ? അപ്പോൾ ഇതിൽനിന്നും നമുക്ക് ആറ്റങ്ങളുടെ സ്ഥിരത സംബന്ധിച്ചുള്ള ഒരു വ്യവസ്ഥ ഉണ്ടാക്കാം. എന്താണത്? ബാഹ്യപഥമേഖലയിൽ എട്ട് ഇലക്ട്രോണുകൾ ഉള്ള ആറ്റം സ്ഥിരതയുള്ളതായിരിക്കും.

എട്ട് ഇലക്ട്രോണുകളുടെ കൂട്ടുകെട്ടിനെ അഷ്ടകം (octet) എന്നും രണ്ട് ഇലക്ട്രോണുകളുടെ കൂട്ടുകെട്ടിനെ ദ്വയകം (duplet) എന്നും പറയുന്നു. എന്തിനാണ് ആറ്റങ്ങൾ രാസപ്രവർത്തനത്തിലേർപ്പെടുന്നത്? ഇനി ഉത്തരം നല്കാമല്ലോ? ബാഹ്യപഥമേഖലയിൽ എട്ട് ഇലക്ട്രോണുകൾ (അല്ലെങ്കിൽ രണ്ട് ഇലക്ട്രോണുകൾ) നേടി സ്ഥിരത കൈവരിക്കുവാൻ അല്ലേ? മറ്റൊരു തരത്തിൽ പറഞ്ഞാൽ അഷ്ടകം പൂർത്തിയാക്കി സ്ഥിരത നേടുവാൻ വേണ്ടിയാണ് ആറ്റങ്ങൾ തമ്മിൽ ചേരുന്നത്. ആറ്റങ്ങൾ ഒന്നുചേരുമ്പോൾ പുതിയ പദാർത്ഥങ്ങൾ ഉണ്ടാകുന്നു. ആറ്റങ്ങൾ ഒന്നുചേർന്നുണ്ടാകുന്ന തന്മാത്രയിൽ ആറ്റങ്ങളെ തമ്മിൽ ചേർത്തുനിർത്തുന്ന ശക്തിക്ക് പറയുന്ന പേരെന്താണ്? രാസബന്ധനം (Chemical Bond), ഇലക്ട്രോൺ സ്ഥാനാന്തരണം (Eletcron Transfer), ഇലക്ട്രോൺ പങ്കുവയ്ക്കൽ (Eletcron Sharing) എന്നീ മാർഗ്ഗങ്ങൾ വഴി ആറ്റങ്ങൾ അഷ്ടകം പൂർത്തിയാക്കുന്നു. കൂടുതൽ കാര്യങ്ങൾ നിങ്ങൾ അന്വേഷിച്ചറിയുമല്ലോ?

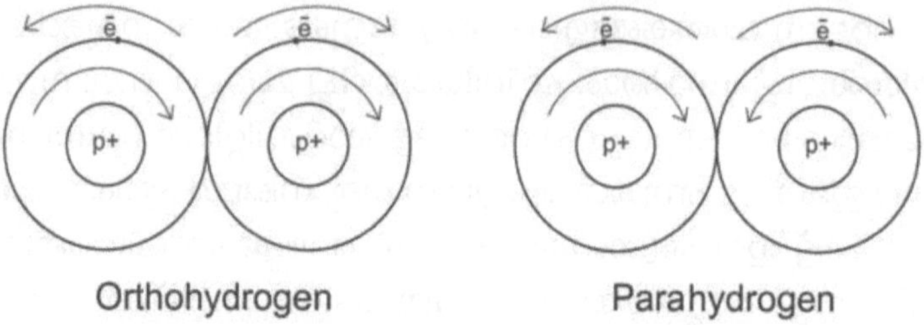

ഓർഥോ ഹൈഡ്രജനും പാരാഹൈഡ്രജനും

Ortho hydrogen! Para hydrogen! ഞാൻ വീണ്ടും മറ്റു രൂപങ്ങളിൽ. സാധാരണ ഹൈഡ്രജൻ ഓർഥോ ഹൈഡ്രജന്റെയും പാരാഹൈഡ്രജന്റെയും മിശ്രിതം ആണെന്ന് ശാസ്ത്രജ്ഞന്മാർ കണ്ടുപിടിച്ചു. നോക്കണേ ഞാനാകെ വ്യത്യസ്തൻതന്നെ അല്ലേ?

എന്റെ ഒരു തന്മാത്ര നിങ്ങൾ എടുക്കുക. എത്ര ആറ്റങ്ങൾ അതിൽ കാണും? രണ്ട്. അതായത് ഞാൻ ദ്വയാറ്റോമികമാണ്. എന്റെ ഓരോ ആറ്റത്തിലും ഒരു പ്രോട്ടോണും ഒരു ഇലക്ട്രോണും ഉള്ള കാര്യം എന്റെ കൂട്ടുകാർക്ക് അറിയാം. ഇലക്ട്രോൺ ന്യൂക്ലിയസിന് ചുറ്റും കറങ്ങുന്നു. ഏതൊരാറ്റത്തിലെയും ഇലക്ട്രോൺ ന്യൂക്ലിയസിന് ചുറ്റും കറങ്ങുന്നതിനൊപ്പംതന്നെ അത് സ്വന്തമായൊരു അച്ചുതണ്ടിൽ കറങ്ങുകയും ചെയ്യുന്നു. സൗരയൂഥത്തിലെ ഗ്രഹങ്ങളെപ്പോലെ സ്വന്തമായൊരു അച്ചുതണ്ടിൽ ഒരു വസ്തു കറക്കുന്നതിനെ 'സ്പിൻ' (Spin) എന്നു പറയുന്നു. 'പമ്പരം' കറങ്ങുന്നത് നിങ്ങൾ കണ്ടിട്ടില്ലേ? അതുപോലെ എന്റെ തന്മാത്രയിലെ രണ്ട് ഇലക്ട്രോണുകളും സ്പിൻ ചെയ്യുന്നു, എതിർദിശകളിൽ. ഒരെണ്ണം ഘടികാരസൂചികൾ നീങ്ങുന്ന ദിശയിലും (Clockwise) ആയും മറ്റേത് എതിർദിശയിലും (Anti Clockwise) കറങ്ങുന്നു. എന്റെ ആറ്റത്തിലെ പ്രോട്ടോൺ ചുമ്മാതിരിക്കുകയല്ല. പിന്നെയോ ? ഇലക്ട്രോണിനെപ്പോലെ സാങ്ക

ല്പികമായൊരച്ചുതണ്ടിൽ കറങ്ങിക്കൊണ്ടിരിക്കുന്നു. എന്റെ കൂട്ടുകാർക്ക് അത്ഭുതം തോന്നുന്നുണ്ടോ? പ്രോട്ടോണുകളുടെ കറക്കത്തിന് ന്യൂക്ലിയാർ സ്പിൻ' (Nuclear Spin) എന്ന് പറയുന്നു. ന്യൂക്ലിയാർ സ്പിൻ എപ്പോഴും എതിർദിശകളിലായിരിക്കും.

നോക്കൂ. അപ്പോൾ എന്റെ തന്മാത്രയിൽ രണ്ട് പ്രോട്ടോണുകൾ ഉണ്ട്. ഓരോ ആറ്റത്തിലും ഓരോന്നുവീതം. പക്ഷേ, എന്റെ തന്മാത്രയിലെ പ്രോട്ടോണുകളുടെ സ്പിൻ ഒരേ ദിശയിലോ, എതിർദിശയിലോ വരാം. അങ്ങനെ വരുമ്പോൾ പ്രോട്ടോണുകളുടെ സ്പിൻ അനുസരിച്ച് എനിക്ക് രണ്ടുതരത്തിലുള്ള തന്മാത്രകൾ കാണും. അല്ലേ? പ്രോട്ടോണുകളുടെ കറക്കം ഒരേ ദിശയിലുള്ള തന്മാത്രകൾ. പ്രോട്ടോണുകളുടെ കറക്കം എതിർ ദിശകളിലുള്ള തന്മാത്രകൾ.

പ്രോട്ടോണുകളുടെ കറക്കം ഒരേ ദിശ (Same direction) യിലുള്ള എന്റെ തന്മാത്രകളെ ഓർഥോ ഹൈഡ്രജൻ (Ortho Hydrogen) എന്ന് പറയുന്നു. അപ്പോൾ പാരാ ഹൈഡ്രജൻ (Para Hydrogen) എന്തായിരിക്കും? പ്രോട്ടോണുകളുടെ സ്പിൻ എതിർദിശ (Opposite direction) കളിലുള്ളവ അല്ലേ? നിങ്ങൾക്ക് വിശ്വസിക്കാൻ പ്രയാസം തോന്നുന്നുണ്ടോ? വാസ്തവമാണിത്.

സാധാരണ ഹൈഡ്രജൻ ഓർഥോ രൂപങ്ങളുടെയും പാരാ രൂപങ്ങളുടെയും ഒരു സന്തുലിത മിശ്രിതമാണ്. സാധാരണ ഹൈഡ്രജനിൽ ഉള്ള ഓർഥോ ഹൈഡ്രജന്റെയും പാരാഹൈഡ്രജന്റെയും അനുപാതം എത്രയാണെന്നറിയണ്ടേ? മൂന്ന് ഓർഥോ ഹൈഡ്രജന് ഒരു പാരാഹൈഡ്രജൻ. (3:1). ഓർഥോ ഹൈഡ്രജന് പാരാഹൈഡ്രജനേക്കാൾ സ്ഥിരതയുണ്ട്. അതുകൊണ്ട് പാരാഹൈഡ്രജൻ എന്തിനുവേണ്ടി ശ്രമിക്കുന്നു? ഓർഥോ രൂപത്തിലാകുവാൻ അല്ലേ?

ഓർഥോ രൂപത്തിന്റെയും പാരാ രൂപത്തിന്റെയും രാസഗുണങ്ങൾ ഒരുപോലെയാണ്. പക്ഷേ, ഇവ രണ്ടും ചില ഭൗതികഗുണങ്ങളിൽ വ്യത്യാസപ്പെട്ടിരിക്കുന്നു.

വ്യാവസായിക നിർമ്മാണം

ഇത്രയും പറഞ്ഞ സ്ഥിതിക്ക് എന്നെ വൻതോതിൽ നിർമ്മിക്കുന്ന വിധം പറയാതെ പോകുന്നത് മോശമല്ലേ?

പല പ്രക്രിയകൾ ഇന്ന് ഉപയോഗിച്ചുവരുന്നു. അതിന് മുഖ്യമായ പ്രക്രിയ 'ബോഷ്' (Bosch) പ്രോസസാണ്. ഇതിന് മൂന്ന് ഘട്ടങ്ങളുണ്ട്. എന്തൊക്കെയാണ് ആ ഘട്ടങ്ങൾ എന്ന് നോക്കാം.

ചുട്ടുപഴുത്തിരിക്കുന്ന കല്ക്കരിക്ക് മുകളിലൂടെ വളരെയധികം ചൂടാക്കിയ ആവി (Steam) കടത്തിവിടുന്നു. കാർബൺ മോണോക്സൈഡും ഞാനും കലർന്ന ഒരു മിശ്രിതം ലഭിക്കുന്നു. ഇതിന് 'വാട്ടർ ഗ്യാസ്' (Water gas) എന്നുപറയുന്നു. ഇതാണ് ഒന്നാം ഘട്ടം.

$$C + H_2O \rightarrow CO + H_2$$

വാട്ടർ ഗ്യാസ് കൂടുതൽ ആവിയുമായി കലർത്തി ചൂടാക്കിയ രാസ ത്വരക (Catalyst) ത്തിന്റെ മുകളിലൂടെ കടത്തിവിടുന്നു. ഇരുമ്പ്, ക്രോമിയം എന്നിവയുടെ ഓക്സൈഡുകളുടെ മിശ്രിതം രാസത്വരകമായി ഉപയോഗിക്കുന്നു. വാട്ടർ ഗ്യാസിലെ കാർബൺ മോണോക്സൈഡ് ആവിയുമായി പ്രവർത്തിക്കുമ്പോൾ കാർബൺ ഡൈഓക്സൈഡും ഞാനും ഉണ്ടാകുന്നു. ഇതാണ് രണ്ടാം ഘട്ടം.

കാർബൺ ഡൈഓക്സൈഡും ഞാനും കലർന്ന മിശ്രിതം ജലത്തിലൂടെ ഉന്നതമർദ്ദത്തിൽ കടത്തിവിടുന്നു. കാർബൺ ഡൈഓക്സൈഡ് ജലത്തിൽ ലയിക്കുകയും ഞാൻ പുറത്തുവരികയും ചെയ്യുന്നു. ഇതാണ് മൂന്നാം ഘട്ടം.

ഒരു കാര്യം കൂടി. രാസത്വരകം അഥവാ ഉൾപ്രേരകം എന്താണെന്ന് അറിയാമല്ലോ. അല്ലെങ്കിൽ വേണ്ട ഞാൻ പറയാം. ഒരു രാസപ്രവർത്തനത്തിന്റെ വേഗത്തിൽ മാറ്റം വരുത്തുന്ന അന്യ പദാർത്ഥമാണ് രാസത്വരകം. ഒരു രാസത്വരകം ഉപയോഗിക്കുമ്പോൾ അതിന് രാസപരമായി യാതൊരു മാറ്റവും സംഭവിക്കില്ല. അതുപോലെ രാസത്വരകത്തിന്റെ അളവിലും മാറ്റം വരുന്നില്ല. സ്വയം യാതൊരു മാറ്റവും കൂടാതെ ഒരു രാസപ്രവർത്തനത്തിന്റെ വേഗതയിൽ മാറ്റം വരുത്തുന്ന പദാർത്ഥമാണ് രാസത്വരകം.

വൈദ്യുത വിശ്ലേഷണം (Eletcrolysis) എന്നു കേട്ടിട്ടില്ലേ? വൈദ്യുതി കടത്തിവിട്ട് ഒരു രാസവസ്തു വിഘടിപ്പിക്കുന്ന പ്രതിഭാസം. വൈദ്യുതി കടത്തിവിട്ട് നമുക്ക് ജലത്തെ വിഘടിപ്പിക്കാം. ശുദ്ധജലം വൈദ്യുതിയെ കടത്തിവിടുന്നില്ല. അപ്പോൾ പിന്നെ ജലത്തെ എങ്ങനെ വൈദ്യുത വിശ്ലേഷണം നടത്തും?

അല്പം നേർപ്പിച്ച അമ്ലമോ ക്ഷാരമോ ജലത്തിലൊഴിച്ച് വൈദ്യുതി കടത്തി വിട്ടുനോക്കൂ. ജലം വൈദ്യുതിയുടെ സുചാലകമാകും. നേർപ്പിച്ച അമ്ലമോ, ക്ഷാരമോ ഒഴിച്ച ജലം വൈദ്യുത വിശ്ലേഷണം നടത്തുമ്പോൾ എന്തു സംഭവിക്കും? ജലം വിഘടിക്കുമ്പോൾ ഞാനും ഓക്സിജനും സ്വതന്ത്രമാകുന്നു. നോക്കണേ? അപ്പോൾ ജലം വൈദ്യുത വിശ്ലേഷണം ചെയ്തും എന്നെ വൻതോതിൽ നിർമ്മിക്കാം. എന്നെ മാത്രമല്ല ഓക്സിജനെയും കിട്ടും. ഒറ്റവെടിക്കു രണ്ടുപക്ഷി അല്ലേ? ഇങ്ങനെ കിട്ടുന്ന ഞാൻ വളരെ ശുദ്ധമായിരിക്കും. ഓക്സിജനും അതുപോലെതന്നെ. പക്ഷേ, അവിടെ ഒരു പ്രയാസമുണ്ട്. മേല്പറഞ്ഞ പ്രക്രിയ നടത്തുവാൻ വളരെ കൂടുതൽ അളവ് വൈദ്യുതി വേണ്ടിവരുന്നു. അതുകൊണ്ട് ചെലവ് കൂടുന്നു.

ഞാനും സമൂഹവും

ഞാൻ മനുഷ്യസമൂഹത്തെ സേവിക്കുന്നുണ്ട്? നമുക്ക് നോക്കാം.

അമോണിയം സൾഫേറ്റ് എന്ന രാസവളത്തെക്കുറിച്ച് അറിയാമല്ലോ? അമോണിയം സൾഫേറ്റ് നിർമ്മിക്കുവാൻ അമോണിയ കൂടിയേ തീരു. അമോണിയവാതകം നിർമ്മിക്കുവാൻ എന്നെ ഉപയോഗിക്കുന്നു. എങ്ങനെയാണ് അമോണിയം വാതകം നിർമ്മിക്കുന്നത്? ആ പ്രക്രിയയുടെ പേരെന്താണ്? ഞാൻ നേരത്തെ ഇക്കാര്യം പറഞ്ഞിട്ടുണ്ട്. അപ്പോൾ രാസവള വ്യവസായത്തിനു വേണ്ട അമോണിയ വാതകം നിർമ്മിക്കുവാൻ എന്നെ വൻതോതിൽ ഉപയോഗിക്കുന്നു.

വനസ്പതി (കൃത്രിമനെയ്യ്) എന്ന് കേട്ടിട്ടുണ്ടല്ലോ? നിങ്ങളുടെ വീടുകളിൽ വാങ്ങിവച്ചിരിക്കുന്നത് നിങ്ങൾ കണ്ടുകാണും. എങ്ങനെയാണ് കൃത്രിമനെയ്യ് നിർമ്മിക്കുന്നതെന്നറിയേണ്ടേ? നല്ലവണ്ണം പൊടിച്ച നിക്കലിന്റെ സാന്നിദ്ധ്യത്തിൽ സസ്യ എണ്ണകളിൽക്കൂടി എന്നെ കടത്തിവിടുന്നു. ഈ പ്രക്രിയയ്ക്ക് 'ഹൈഡ്രോജിനേഷൻ ഓഫ് ഓയിൽ' (Hydrogenation of Oil)എന്നു പറയുന്നു.

ഏറ്റവും ഭാരം കുറഞ്ഞ വാതകമാണല്ലോ ഞാൻ. അതുകൊണ്ട് ബലൂണുകളിൽ നിറയ്ക്കുവാൻ ഉപയോഗിക്കുന്നു. ഹീലിയവും ഭാരം കുറഞ്ഞ ഒരു വാതകമാണ്. ഇപ്പോൾ എനിക്ക് പകരം ബലൂണുകളിൽ ഹീലിയത്തെയാണ് ഉപയോഗിക്കുന്നത്. എനിക്കതിൽ ദുഃഖമുണ്ട്. ഞാനാരോട് പറയാൻ? എന്തുകൊണ്ടാണ് ഇങ്ങനെ സംഭവിച്ചത്? ഹിൻഡൻ ബർഗ് ദുരന്തകഥ നിങ്ങളോട് ഞാൻ പറഞ്ഞിട്ടുണ്ടല്ലോ. ബലൂണിൽ കയറി ഞാൻ വായുവിനെ തുളച്ച് മേലോട്ടുയരുമ്പോൾ വായുവുമായുള്ള ഘർഷണം കൊണ്ട് ബലൂൺ ചൂടുപിടിക്കുന്നു. എന്റെ സ്വഭാവം നിങ്ങൾക്കറിയാമല്ലോ? ചൂടുകൂടി വരുമ്പോൾ ഞാൻ ജ്വലിക്കും. അപ്പോൾ ബലൂണിന്റെ കഥയോ? ഹീലിയത്തിന് ഈ സ്വഭാവം ഇല്ല.

ഓക്സി - ഹൈഡ്രജൻ ജ്വാലയെന്ന് കേട്ടിട്ടുണ്ടോ? ഓക്സി ഹൈഡ്രജൻ ജ്വാല ഉപയോഗിച്ച് ലോഹങ്ങളെ മുറിക്കുവാനും കഴിയും. എങ്ങനെയാണ് ഈ ജ്വാലയുണ്ടാകുന്നത്? ഓക്സിജൻ - ഹൈഡ്രജൻ മിശ്രിതം കത്തിച്ച് ജ്വാലയുണ്ടാകുന്നു. ഈ ജ്വാലയ്ക്ക് ഏകദേശം 3000^0C ഊഷ്മാവ് നല്കുവാൻ കഴിയും.

ഹൈഡ്രോക്ലോറിക് ആസിഡ് വൻതോതിൽ ഉല്പാദിപ്പിക്കുവാൻ എന്നെ ഉപയോഗിക്കുന്നു. എങ്ങനെയാണ്? ഹൈഡ്രജനെ ക്ലോറിനിൽ കത്തിച്ച് ഹൈഡ്രജൻ ക്ലോറൈഡ് വാതകം നിർമ്മിക്കുന്നു. ഇത് ജലത്തിൽ ലയിപ്പിച്ച് ഹൈഡ്രോക്ലോറിക് ആസിഡ് നിർമ്മിക്കുന്നു.

പിന്നെ എന്നെ ഒരു നിരോക്സീകാരിയായി ഉപയോഗിക്കുന്ന കാര്യം നിങ്ങൾക്കറിയാമല്ലോ? ഒരു ഇന്ധനമായി എന്നെ ഉപയോഗിക്കുന്നു. വാട്ടർ ഗ്യാസ്, കോൾ ഗ്യാസ് എന്നീ വാതക ഇന്ധനങ്ങളിൽ ഏറിയ പങ്കും ഞാനാണ്. എന്താണ് വാട്ടർ ഗ്യാസ്? കാർബൺ മോണോക്സൈഡും ഞാനും ചേർന്ന മിശ്രിതമാണ് വാട്ടർ ഗ്യാസ്. എന്താണ് കോൾ ഗ്യാസ്? മീഥെയ്ൻ, കാർബൺ മോണോക്സൈഡ് എന്നീ വാതകങ്ങളോടൊപ്പം

ഞാനും കൂടി കലർന്ന വാതകമിശ്രിതമാണ് കോൾ ഗ്യാസ്.

ദ്രാവകരൂപത്തിലുള്ള ഹൈഡ്രജനെക്കുറിച്ച് ഞാൻ പറഞ്ഞിട്ടുണ്ടല്ലോ. ദ്രാവക ഹൈഡ്രജൻ മോട്ടോർ വാഹനങ്ങളിൽ ഉപയോഗിക്കുന്നതിനെക്കുറിച്ചുള്ള ഗവേഷണത്തിലാണ് ഇപ്പോൾ ശാസ്ത്രജ്ഞന്മാർ. ദ്രാവക ഹൈഡ്രജൻ റോക്കറ്റിൽ ഇന്ധനമായി ഉപയോഗിക്കുന്നുണ്ട്. ഇപ്പോൾ മനസ്സിലായല്ലോ നിങ്ങൾക്ക് എന്നെക്കൊണ്ടുള്ള ഉപയോഗങ്ങൾ.

ഞാൻ ചില്ലറക്കാരനല്ല അല്ലേ?

ഇനി അണുശക്തി എന്ന വലിയ കണ്ടുപിടിത്തത്തിന്റെ കഥയിലേക്ക് കടക്കാം.

മനുഷ്യനും അറ്റോമികോർജ്ജവും

ഇനി ഞാൻ അല്പം ലോക കാര്യം സംസാരിക്കട്ടെ. കരിമരുന്ന് പ്രയോഗം കാണുവാൻ നിങ്ങൾ ഉത്സാഹം കാണിക്കാറുണ്ടോ? മാനത്തെ വർണ്ണചിത്രങ്ങൾ വരയ്ക്കുന്ന ആ കലാവിരുതിൽ ഉപയോഗിക്കുന്ന കരിമരുന്നിന്റെ ജനനം എവിടെയാണ്? ചൈന.

കരിമരുന്നിലെ ഘടകങ്ങൾ ഏതെല്ലാമാണ്? പ്രധാനമായും പൊട്ടാസ്യം നൈട്രേറ്റ്, കാർബൺ, സൾഫർ എന്നിവ.

വെടിമരുന്നിന്റെ കണ്ടുപിടിത്തം മാനവസംസ്കാരത്തിൽ എന്തെല്ലാം മാറ്റങ്ങൾ വരുത്തിയെന്ന് നിങ്ങൾക്കറിയുമോ? വെടിമരുന്ന് സംസ്കാര ശാസ്ത്രത്തിന്റെ വികാസത്തെ വളരെയധികം സ്വാധീനിച്ചു. യുദ്ധത്തിൽ നൂതന ശൈലി ഉയർന്നുവന്നു. വെടിമരുന്നിൽ തുടങ്ങി ഡൈനാമറ്റ്, ആറ്റം ബോംബ് എന്നിവയിലൂടെ ന്യൂട്രോൺ ബോംബുകൾ വരെ. ഇനിയും പുതിയതിലേക്കുള്ള ഗവേഷണം തുടരുന്നു. ലോക രാഷ്ട്രങ്ങളുടെ വരുമാനത്തിൽ ഏറിയ പങ്കും യുദ്ധസാമഗ്രികളുടെ നിർമ്മാണത്തിന് ഉപയോഗിക്കുന്നു. യുദ്ധവെറിയന്മാർ!

സാമൂഹ്യപുരോഗതിക്കു വേണ്ടി കണ്ടുപിടിച്ച പലതും മനുഷ്യരിന്ന് അവന്റെ സഹോദരന്മാരെ തന്നെ അരുംകൊല

ചെയ്യുന്നതിനുള്ള ഉപാധിയാക്കി മാറ്റികൊണ്ടിരിക്കുകയാണ്. ഇത് എവിടെച്ചെന്ന് അവസാനിക്കും.

ആൽഫ്രഡ് നോബൽ

ആൽഫ്രഡ് നോബലിനെക്കുറിച്ച് കേട്ടിട്ടില്ലേ? ഡോ. ആൽഫ്രഡ് നോബലാണ് (Dr. Alfred Nobel) ഡൈനാമിറ്റ് നിർമ്മിച്ചത്. സമാധാനപരമായ ആവശ്യങ്ങൾക്ക്‌വേണ്ടി മാത്രമാണ് അദ്ദേഹം ഡൈനാമിറ്റ് നിർമ്മിച്ചത്. പക്ഷേ, അദ്ദേഹത്തിന്റെ പിൻഗാമികൾ അത് സംഹാരത്തിനായി ഉപയോഗിച്ചു.

ഡോ. ആൽഫ്രഡ് നോബലാണ് നോബൽ സമ്മാനം ഏർപ്പെടുത്തിയത്. എന്താണ് നോബൽ സമ്മാനം? നിങ്ങൾക്കറിയാൻ ആഗ്രഹം കാണും? ആൽഫ്രഡ് നോബൽ സ്വീഡിഷ് ശാസ്ത്രജ്ഞനായിരുന്നു. 1896 ഡിസംബർ 10 ന് അദ്ദേഹം അന്തരിച്ചു. മരിക്കുന്നതിന് മുമ്പായി ആ മനുഷ്യസ്നേഹി ചെയ്തത് എന്താണെന്നറിയേണ്ടേ? വലിയൊരു തുക അദ്ദേഹം സ്വീഡനിലെ ഒരു വിശ്വസ്ത കേന്ദ്രത്തെ ഏല്പിച്ചു. എന്തിനായിരുന്നു അത്? മെഡിസിൻ, ലോകസമാധാനം, സാഹിത്യം, ഫിസിക്സ്, കെമിസ്ട്രി എന്നീ 5 മണ്ഡലങ്ങളിൽ മനുഷ്യരാശിയുടെ നന്മയ്ക്കുവേണ്ടി നേട്ടങ്ങൾ കൈവരിക്കുന്നവർക്ക് സമ്മാനം നല്കുവാൻ. ജാതിയോ മതമോ ദേശമോ നോക്കരുതെന്ന് അദ്ദേഹം പ്രത്യേകം പറഞ്ഞിരുന്നു. ഇതാണ് നോബൽ സമ്മാനം. 1969 ൽ ധനതത്ത്വശാസ്ത്രത്തിനും നോബൽ സമ്മാനം ഏർപ്പെടുത്തുകയുണ്ടായി.

അറ്റോമികഊർജ്ജം

മനുഷ്യന്റെ ഏറ്റവും വലിയ കണ്ടുപിടിത്തമാണ് അറ്റോമിക ഊർജ്ജം. എന്താണ്? അണുശക്തി അല്ലെങ്കിൽ അറ്റോമിക ശാസ്ത്രം എന്നൊക്കെ പറഞ്ഞാൽ. വലിയൊരു പാറയെ ചെറിയൊരു പാറകഷണങ്ങളാക്കി മാറ്റാറില്ലേ? എങ്ങനെയാണ്? ചുറ്റികകൊണ്ട് അടിച്ചുപൊട്ടിക്കും. അല്ലേ? ഭാരം കൂടിയ ഒരു അണുകേന്ദ്രത്തെ എന്നുപറഞ്ഞാൽ അറ്റോമികമാസ് വളരെ കൂടുതൽ ഉള്ള ന്യൂക്ലിയസിനെ പൊട്ടിച്ച് ഭാരം കുറഞ്ഞ

ന്യൂക്ലിയസുകളാക്കി മാറ്റി. ആരാണ് അത് ചെയ്തത്? ശാസ്ത്രജ്ഞന്മാർ. മാനവ പുരോഗതിക്ക് അനുഗ്രഹമായി ത്തീർന്ന ഒരു കണ്ടുപിടിത്തം. മാനവരാശിയുടെ നിലനില്പിന് ഭീഷണിയായിത്തീർന്ന ഒരു കണ്ടുപിടിത്തം.

ഒരു ആറ്റത്തിന്റെ വലുപ്പത്തെക്കുറിച്ച് നമുക്ക് അറിയാം. വളരെ ശക്തിയേറിയ മൈക്രോസ്കോപ്പ് കൊണ്ടുപോലും കാണാൻ കഴിയാത്ത കണിക. പക്ഷേ, അവൻ ചെയ്യുന്ന വിക്രിയകളോ എത്ര വിസ്മയകരം അല്ലേ? പിന്നെ അതിന്റെ ന്യൂക്ലിയസിന്റെ വലിപ്പത്തെക്കുറിച്ചും ആലോചിച്ച് നോക്കൂ. മനുഷ്യന്റെ ബുദ്ധി ചെന്നുകയറാത്ത ഇടങ്ങളില്ല. ന്യൂക്ലിയസിന്റെ വ്യാസം ശാസ്ത്രജ്ഞന്മാർ കണ്ടുപിടിച്ചിട്ടുണ്ട്. എത്രയാണ്? ഏകദേശം 10^{-12} സെന്റിമീറ്റർ.

ന്യൂക്ലിയസിനെ പാറപൊട്ടിക്കുന്നതുപോലെ ചുറ്റികകൊണ്ട് അടിച്ചുപൊട്ടിക്കാൻ കഴിയും എന്ന് നിങ്ങൾ വിചാരിക്കുമോ? ചോദ്യം നിങ്ങളെ വിഷമിപ്പിച്ചു അല്ലേ?

എങ്ങനെയാണ് ന്യൂക്ലിയസിനെ പിളർക്കുന്നതെന്ന് നോക്കാം. പ്രോട്ടോണുകൾ, ന്യൂട്രോണുകൾ, ഡ്യൂട്രോണുകൾ തുടങ്ങിയ കണങ്ങൾ വളരെ വേഗത്തിൽ ഭാരമുള്ള ന്യൂക്ലിയസിലേക്ക് എയ്ത് വിടുന്നു. മേല്പറഞ്ഞ കണങ്ങൾ വളരെ വേഗത്തിൽ ന്യൂക്ലിയസിൽ മുട്ടുമ്പോൾ ന്യൂക്ലിയസ് പൊട്ടുന്നു. ഇതിന് ന്യൂക്ലിയാർ ബൊംബാർട്മെന്റ് (Nuclear Bombardment) എന്നു പറയുന്നു.

ഭാരമുള്ള ഒരു ന്യൂക്ലിയസിനെ ഇങ്ങനെ വിഭജിക്കുമ്പോൾ 'അല്പം' ദ്രവ്യത്തിന്റെ അളവിന് കുറവുവരുന്നു. ഇങ്ങനെ കുറവുവരുന്ന ദ്രവ്യം വളരെയധികം ഊർജ്ജമായി പുറത്തു വരുന്നു. ഇങ്ങനെ പുറത്തുവരുന്ന ഊർജ്ജത്തിന്റെ അളവ് എത്രയാണ്? കണ്ടുപിടിക്കുവാൻ നിങ്ങൾക്ക് ആഗ്രഹം കാണും. ഐൻസ്റ്റീൻ എന്ന ശാസ്ത്രജ്ഞന്റെ പ്രസിദ്ധമായൊരു സമവാക്യമുണ്ടല്ലോ? ഊർജ്ജത്തെയും ദ്രവ്യത്തിന്റെ അളവിനെയും ബന്ധപ്പെടുത്തുന്ന ഒരു സമവാക്യം $E = mc^2$. E എന്നത് ഊർജ്ജത്തിന്റെ അളവാണ്. 'm' എന്നത് ദ്രവ്യത്തിന്റെ

അളവാണ് (Mass). 'c' എന്നത് പ്രകാശത്തിന്റെ പ്രവേഗമാണ്. പ്രകാശത്തിന്റെ പ്രവേഗമെത്രയാണ്? ഒരു സെക്കന്റിൽ ഒരു പ്രത്യേകദിശയിൽ പ്രകാശം 3.0×10^8 മീറ്റർ സഞ്ചരിക്കും.

ന്യൂക്ലിയസിനെ പിളർക്കുമ്പോൾ പുറത്തേക്കുവരുന്ന ഊർജ്ജം ഐൻസ്റ്റീന്റെ സമവാക്യം ഉപയോഗിച്ച് കണ്ടുപിടിക്കാമല്ലോ. ആ സമവാക്യം ഉപയോഗിച്ച് 1 ഗ്രാം ദ്രവ്യത്തിൽ നിന്ന് ലഭ്യമാകുന്ന ഊർജ്ജം കണക്കാക്കി നോക്കൂ.

ന്യൂക്ലിയർഫിഷൻ

ഭാരമുള്ള ഒരു ന്യൂക്ലിയസിനെ ഏകദേശം തുല്യമാസുള്ള ഒരു ചെറിയ ന്യൂക്ലിയസുകളാക്കി വിഭജിക്കുന്ന പ്രക്രിയയാണ് 'ന്യൂക്ലിയർ ഫിഷൻ.' (Nuclear Fission) ഈ പ്രക്രിയ നടക്കുമ്പോൾ കുറവുവരുന്ന 'അല്പം' മാത്രം മാസ് ഊർജ്ജമായി പുറത്തുവരുന്നു. മറിച്ചുള്ള പ്രക്രിയയും ശാസ്ത്രജ്ഞന്മാർ നടത്തിക്കളഞ്ഞു. ഭാരം കുറഞ്ഞ ന്യൂക്ലിയസുകൾ ഒരുമിച്ച് ചേർത്ത് സാമാന്യം ഭാരമുള്ള ന്യൂക്ലിയസുകൾ ഉണ്ടാക്കി. ഈ പ്രക്രിയയാണ് ന്യൂക്ലിയർ ഫ്യൂഷൻ (Nuclear Fusion). ഈ പ്രക്രിയ നടത്തുമ്പോഴും ഊർജ്ജം പുറത്തേക്ക് വരുന്നു.

ന്യൂക്ലിയാർ ഫിഷൻ, ന്യൂക്ലിയാർ ഫ്യൂഷൻ എന്നീ പ്രക്രിയകൾ നടക്കുമ്പോൾ ഉണ്ടാകുന്ന ഊർജ്ജം പല രൂപങ്ങളിലാണ് പുറത്തേക്ക് വരുന്നത്. താപം, പ്രകാശം എന്നിങ്ങനെ വിവിധ രൂപങ്ങളിൽ ഊർജ്ജം പുറത്തേക്ക് വരുന്നു.

മാനവരാശിയെ അനുഗ്രഹിച്ച രണ്ട് പ്രക്രിയകൾ! മാനവരാശിയെ നിഗ്രഹിക്കുവാൻ 'യുദ്ധവെറിയന്മാർ' ഉപയോഗിക്കുന്ന രണ്ടു പ്രക്രിയകൾ.

ഓട്ടോഹാന്റെ കണ്ടെത്തലുകൾ

1939 മുതൽ 1945 വരെ നീണ്ടുനിന്ന രണ്ടാം ലോക മഹായുദ്ധകാലത്താണ് നിർണ്ണായകങ്ങളായ പല കണ്ടുപിടിത്തങ്ങളും നടന്നത്. 1938 ൽ ഓട്ടോഹാൻ (Otto Hahn) എന്ന ജർമ്മൻ

ശാസ്ത്രജ്ഞൻ നടത്തിയ പരീക്ഷണങ്ങൾ ആറ്റം ബോംബിന്റെ നിർമ്മാണത്തിൽ ചെന്നവസാനിച്ചു. അറ്റോമിക ശാസ്ത്രത്തിൽ പരിവർത്തനം വരുത്തിയ കണ്ടുപിടിത്തം. അദ്ദേഹത്തിന്റെ കണ്ടുപിടിത്തങ്ങൾ ജപ്പാനിലിട്ട അണുബോംബുകളുടെ നിർമ്മാണത്തിന് വഴിയൊരുക്കി. ഓട്ടോഹാൻ എന്തിനായിരുന്നു ഈ കണ്ടുപിടിത്തങ്ങൾ നടത്തിയത്? മനുഷ്യനെ അനുഗ്രഹിക്കാനോ അതോ നിഗ്രഹിക്കാനോ? യുറേനിയം എന്ന മൂലകം കേട്ടിട്ടില്ലേ? അതിന്റെ ഒരു ഐസോട്ടോപ്പാണ് യുറേനിയം. ഈ ഐസോട്ടോപ്പിന്റെ ന്യൂക്ലിയസിനെ ഒരു ന്യൂട്രോൺകൊണ്ട് മുട്ടിച്ച് പിളർക്കുക.

താരതമ്യേന ഭാരം കുറഞ്ഞ ബേരിയം ($_{56}Ba^{143}$), ക്രിപ്റ്റോൺ ($_{36}Kr^{90}$) ന്യൂക്ലിയസുകൾ ഉണ്ടാകുന്നു.

$${}^{5} + {}_0n^1 \rightarrow {}_{56}Ba^{143} + {}_{36}Kr^{90} + 3\,{}_0n^1$$ + ഊർജ്ജം

ഇതിനുപുറമെ വേഗതകൂടിയ മൂന്ന് ന്യൂട്രോണുകളും വളരെയധികം ഊർജ്ജവും പുറത്തേക്ക് വരുന്നു. ഈ മൂന്ന് ന്യൂട്രോണുകൾ മറ്റു മൂന്ന് യുറേനിയം ആറ്റങ്ങളെ പിളർക്കുന്നു. അപ്പോൾ എത്ര ന്യൂട്രോണുകൾ സ്വതന്ത്രമാകും? ഒൻപത് അല്ലേ? ഇങ്ങനെ സ്വതന്ത്രമാകുന്ന ഒൻപത് ന്യൂട്രോണുകൾ ഒൻപത് യുറേനിയം ആറ്റങ്ങളെ പിളർക്കുന്നു. അപ്പോഴോ? ഈ പ്രവർത്തനം ഇങ്ങനെ തുടർന്നാൽ അതിനെ ശൃംഖലാ പ്രവർത്തനം (Chain Reaction) എന്നുപറയുന്നു. 1938 ൽ ഓട്ടോ ഹാനാണ് ഈ പരീക്ഷണങ്ങൾ നടത്തിയത്. ശൃംഖലാ പ്രവർത്തനം തുടർന്നാൽ എന്തുസംഭവിക്കും? അനേകം ലക്ഷം ന്യൂക്ലിയസുകൾ ഒരു സെക്കന്റിന്റെ ചെറിയൊരംശം സമയത്തിനുള്ളിൽ പിളർക്കപ്പെടുന്നു. ഫലമോ? വളരെയധികം താപോർജ്ജം പുറത്തേക്ക് വരുന്നു. ഈ താപം ഭീമമായൊരു സ്ഫോടനത്തിൽ കലാശിക്കുന്നു. ഇതാണ് ആറ്റംബോംബിന്റെ പ്രവർത്തനതത്ത്വം.

രണ്ടാം ലോക മഹായുദ്ധകാലത്ത് ജപ്പാനിലിട്ട ആറ്റം ബോംബുകളുടെ ചൂടിൽ ഉരുക്കുകൊണ്ട് നിർമ്മിച്ച സ്തംഭങ്ങൾ

ഉരുകി കത്തി. നിങ്ങളാ ചൂടിനെക്കുറിച്ചാലോചിച്ചു നോക്കൂ.

ശൃംഖലാ പ്രവർത്തനം നിയന്ത്രിച്ചാലോ? ശാസ്ത്രം രക്ഷകനായി മാറുന്നു. സമാധാനപരമായ ആവശ്യങ്ങൾക്ക് അണുശക്തി ഉപയോഗിക്കുവാൻ കഴിയുന്നു.

ശൃംഖലാ പ്രവർത്തനം നിയന്ത്രിച്ച് ന്യൂക്ലിയർ ഊർജ്ജത്തെ സാവധാനം പുറത്തേക്ക് വിടുന്ന ഉപകരണമാണ് ന്യൂക്ലിയർ റിയാക്ടർ (Nuclear Reactor). ന്യൂക്ലിയർ റിയാക്ടർ ഉപയോഗിച്ച് വൈദ്യുതി ഉല്പാദിപ്പിക്കുവാൻ കഴിയുന്നു.

ഹൈഡ്രജൻ ബോംബ്

സാമ്രാജ്യശക്തികൾ എന്നെയും വെറുതെ വിട്ടില്ല. എന്നെ പിടിച്ചുകെട്ടി ഒരു 'സംഹാരമൂർത്തി'യാക്കി മാറ്റി. എന്റെ കൂട്ടുകാർ എന്നോട് ക്ഷമിക്കൂ. ഞാൻ നിരപരാധിയാണ്. തെല്ലു ദുഃഖത്തോടെ, ഞാൻ ചോദിക്കട്ടെ നിങ്ങൾ 'ഹൈഡ്രജൻ ബോംബ്' എന്നു കേട്ടിട്ടില്ലേ? ആറ്റം ബോംബിനേക്കാൾ ആയിരം മടങ്ങ് ശക്തിയുള്ള ഹൈഡ്രജൻ ബോംബ്. നിങ്ങൾക്ക് എന്നോട് വെറുപ്പ് തോന്നുന്നു അല്ലേ? അവരാണെന്നെ ഇങ്ങനെയാക്കിയത്. യുദ്ധ വെറിയന്മാർ. അവരുടെ ആയുധപ്പുരകളിൽ എന്നെ ബോംബാക്കി സൂക്ഷിച്ചിരിക്കുന്നു.

ഹൈഡ്രജൻ ബോംബിന്റെ നിർമ്മാണ തത്ത്വം അറിയണ്ടേ? ന്യൂക്ലിയർ ഫ്യൂഷൻ.

കലികൊണ്ട് വിറയ്ക്കുന്ന സാമ്രാജ്യ ശക്തികളുടെ ആയുധപ്പുരകൾ നിങ്ങൾ പരിശോധിക്കൂ. എത്ര തരത്തിലുള്ള ബോംബുകൾ. നീചബോംബുകൾ എന്നറിയപ്പെടുന്ന കോബൾട്ട് ബോംബുകൾ. സർവ്വജീവജാലങ്ങളെയും നശിപ്പിക്കുവാൻ കഴിവുള്ളവയാണ് നീചബോംബുകൾ. ന്യൂട്രോൺ ബോംബുകൾ തുടങ്ങി എന്തെല്ലാം തരങ്ങൾ. ഇതെവിടെ ചെന്നവസാനിക്കുമോ. എന്തോ?

അണുശക്തി മാനവപുരോഗതിക്ക്

എന്നെ സന്തോഷിപ്പിക്കുന്ന പല കാര്യങ്ങളുമുണ്ട്. ലോകത്തിലെ ഡസൻ കണക്കിന് പരീക്ഷണശാലകളിൽ ന്യൂക്ലിയർ ഫ്യൂഷൻ വഴിയുള്ള ഊർജ്ജം മനുഷ്യ പുരോഗതിക്ക് എങ്ങനെ ഉപയുക്തമാക്കാം എന്നതിനെക്കുറിച്ചുള്ള ഗവേഷണങ്ങൾ നടക്കുന്നു. ന്യൂക്ലിയർ ഊർജ്ജം എങ്ങനെ മനുഷ്യന് അനുഗ്രഹമായിത്തീരുന്നുവെന്നതിനെക്കുറിച്ച് നമുക്ക് ചിന്തിക്കാം. ഞാൻ നേരത്തേ പറഞ്ഞല്ലോ ന്യൂക്ലിയർ ഊർജ്ജം കൊണ്ട് കുറഞ്ഞ ചെലവിൽ വൈദ്യുതി ഉല്പാദിപ്പിക്കാമെന്ന്.

ന്യൂക്ലിയർ ഊർജ്ജം ഗവേഷണരംഗത്ത് വരുത്തിയ നേട്ടങ്ങൾ ധാരാളമാണ്. ഗവേഷണരംഗത്തത് ഫലപ്രദമായി പ്രയോജനപ്പെടുത്തിവരുന്നു. അതുപോലെ ചികിത്സാരംഗത്തും കാർഷിക രംഗത്തും വ്യാവസായിക രംഗത്തും ഒക്കെതന്നെ ന്യൂക്ലിയർ ഊർജ്ജം പ്രയോജനപ്പെടുത്തി വരുന്നു.

ഇനിയും കേൾക്കണ്ടേ? അണുശക്തികൊണ്ട് മേൽത്തരം വിത്തുകളെ സൂക്ഷിക്കാൻ കഴിയുന്നു. ഭക്ഷണം കേടുവരാതെ സൂക്ഷിക്കാൻ കഴിയുന്നു.

ബഹിരാകാശ കപ്പലുകളിൽ ന്യൂക്ലിയർ ഇന്ധനം ഉപയോഗിക്കുവാൻ ശ്രമം ആരംഭിച്ചിരിക്കുന്നു. അത് പൂർണ്ണമായും വിജയിക്കുകയാണെങ്കിൽ സൗരയൂഥം കഴിഞ്ഞുള്ള മണ്ഡലങ്ങളിലും മനുഷ്യകരങ്ങൾ ചെന്നെത്തിയേക്കാം. ന്യൂക്ലിയാർ ഊർജ്ജം കൊണ്ട് പ്രവർത്തിക്കുന്ന അന്തർവാഹിനികളും കപ്പലുകളും ഉണ്ട്. ന്യൂക്ലിയർ ഫ്യൂഷന്റെ സാദ്ധ്യതകളാണ് ആരായുന്നത്.

അപ്പോൾ അറ്റോമിക ഊർജ്ജം മാനവ പുരോഗതിക്ക് ഒരു അനുഗ്രഹമാണ് അല്ലേ? യുദ്ധവെറിയന്മാരുടെ മുമ്പിലോ?

പരിസ്ഥിതി സൗഹൃദ ന്യൂക്ലിയർ ഊർജ്ജോല്പാദനത്തെക്കുറിച്ചുള്ള അന്വേഷണത്തിലാണ് ശാസ്ത്രജ്ഞന്മാർ.

ഇനി സൂര്യന്റെ കഥയിലേക്ക് കടക്കാം.

സൗരോർജ്ജം

പ്രകൃതിയിലെ പ്രധാന ഊർജ്ജ സ്രോതസ്സാണ് സൂര്യൻ. സൂര്യനും നക്ഷത്രങ്ങളും ഊർജ്ജം പുറപ്പെടുവിക്കുന്നു. ഇവരുടെ ഊർജ്ജത്തിന് പറയുന്ന പേരാണ് സ്റ്റെലർ ഊർജ്ജം (Steller Energy).

സൂര്യനിൽനിന്നും നക്ഷത്രങ്ങളിൽനിന്നും ഊർജ്ജം ഉൽ സർജ്ജനം (Emission) ചെയ്യുന്നതിനുള്ള കാരണം എന്താണ്? നിങ്ങൾ എപ്പോഴെങ്കിലും അതിന്റെ കാരണം അന്വേഷിച്ചിട്ടു ണ്ടോ?

സൂര്യനിലും നക്ഷത്രങ്ങളിലും നടക്കുന്ന ഫ്യൂഷൻ പ്രക്രിയ കാരണമാണ് അവയിൽനിന്നും ഊർജ്ജം പുറത്തുവരുന്നത്. നിങ്ങൾക്ക് അതിശയം തോന്നുന്നു അല്ലേ? ഇനി ഫ്യൂഷൻ പ്രവർത്തനത്തിനുള്ള എന്റെ പങ്കുകൂടി അറിയുമ്പോൾ നിങ്ങൾക്ക് എന്നോടുള്ള ബഹുമാനം വർദ്ധിക്കും.

എന്റെ നാല് ആറ്റങ്ങൾ ഒന്നുചേർന്ന് ഹീലിയം ആറ്റമായി മാറുമ്പോൾ ഊർജ്ജം പുറത്തുവരുന്നു. ഈ പ്രവർത്തനമാണ് സൂര്യന്റെയും നക്ഷത്രങ്ങളുടെയും താപത്തിന് കാരണം.

അപ്പോൾ ഈ പ്രപഞ്ചത്തിന്റെ ഐശ്വര്യങ്ങൾക്ക് കാരണം ഞാനാണല്ലേ? എനിക്കഭിമാനം തോന്നുന്നു. അഹങ്കാരമല്ല കേട്ടോ?

ഇവിടെ ഒരു ചോദ്യം വരാം. നക്ഷത്രങ്ങളിലെ ഹൈഡ്രജൻ മുഴുവൻ ഹീലിയമാക്കിയാലോ? എന്തായിരിക്കും നക്ഷത്രങ്ങൾക്ക് സംഭവിക്കുക?

ഹീലിയം ആറ്റങ്ങൾ കൂടിച്ചേർന്ന് കാർബൺ, ഓക്സിജൻ എന്നീ മൂലകങ്ങളായി മാറും. പിന്നീട് ഇത് ഇരുമ്പ്, നിക്കൽ തുടങ്ങിയ ലോഹങ്ങളായും മാറും. കാർബൺ ഉണ്ടായിത്തുടങ്ങുമ്പോൾത്തന്നെ നക്ഷത്രങ്ങളുടെ പ്രഭ മങ്ങിത്തുടങ്ങും. ചുവന്ന നക്ഷത്രങ്ങളായിത്തീരും. ചുവന്ന നക്ഷത്രങ്ങൾ താരതമ്യേന ചൂടുകുറഞ്ഞവയായിരിക്കും. പ്രഭമങ്ങുക എന്നു പറഞ്ഞാൽ നക്ഷത്രങ്ങൾ മരണത്തോടടുക്കുന്നുവെന്നാണ്. ഇത്തരം നക്ഷത്രങ്ങളിൽ ഇരുമ്പും, നിക്കലുമൊക്കെ രൂപപ്പെട്ട് അവസാനം നക്ഷത്രങ്ങൾ പൊട്ടിത്തെറിക്കുന്നു. ഇതാണ് സൂപ്പർനോവ (Supernova). ഇതിൽനിന്നും ചില കാര്യങ്ങൾ നമുക്ക് അനുമാനിക്കാം. ചൂടുകൂടിയ നക്ഷത്രങ്ങളിൽ വളരെ ഭാരംകുറഞ്ഞ മൂലകങ്ങളായ ഞാനും ഹീലിയവും കാണും. ഇത്തരം നക്ഷത്രങ്ങളുടെ ബാഹ്യതലോഷ്മാവ് 20,000°c ഉണ്ടാകുമെന്ന് ശാസ്ത്രകാരന്മാർ കണ്ടെത്തിയിട്ടുണ്ട്. ചൂടുകുറഞ്ഞ നക്ഷത്രങ്ങളിൽ ലോഹങ്ങളുണ്ടാകും.

മരിക്കുന്ന സൂര്യൻ

സൂര്യൻ ഓരോ സെക്കന്റിലും 33×10^{33} ergs എന്ന തോതിൽ ഊർജ്ജപ്രസരണം നടത്തുന്നു. ഊർജ്ജത്തിന്റെ യൂണിറ്റാണ് 'erg'. സൂര്യന് ഇത് സാധിക്കണമെങ്കിൽ ഐൻസ്റ്റീന്റെ $E=mc^2$ എന്ന സമവാക്യമനുസരിച്ച് സൂര്യനിൽനിന്ന് ഓരോ സെക്കന്റിലും 4.2×10^{12} ഗ്രാം ദ്രവ്യം നിശ്ശേഷം നശിപ്പിക്കപ്പെടണം. അതായത് സൂര്യന്റെ മാസിന് അനുനിമിഷം വൻതോതിലുള്ള കുറവ് സംഭവിച്ചുകൊണ്ടിരിക്കുന്നു. സൂര്യഗോളത്തിന്റെ മാസ് 1.989×10^{33} ഗ്രാം ആണെന്ന് കണക്കാക്കിയിട്ടുണ്ട്. സൂര്യന്റെ മാസുമായി താരതമ്യം ചെയ്യുമ്പോൾ ഓരോ നിമിഷവും സൂര്യന്റെ മാസിനുണ്ടാകുന്ന നഷ്ടം വളരെ നിസ്സാരമാണെന്ന് കാണാം. മറ്റൊരുതരത്തിൽ

പറഞ്ഞാൽ ഒരു മില്യൺ കൊല്ലംകൊണ്ട് സൂര്യന് അതിന്റെ ആകെ മാസിൽ പത്തു മില്യണിൽ ഒരു ഭാഗം മാത്രം മാസ് നഷ്ടമാകുന്നു.

സൂര്യനിലും നക്ഷത്രങ്ങളിലും നടക്കുന്ന പ്രവർത്തനത്തെക്കുറിച്ച് അറിവു തന്നത് രണ്ടു ശാസ്ത്രജ്ഞന്മാരാണ്. വാൻസ് ബഥെ (Vans Bethe), വോൺ വെസെകർ (Von Weizker) എന്നീ രണ്ടു ശാസ്ത്രജ്ഞന്മാർ അവരുടെ അഭിപ്രായത്തിൽ രണ്ടു പ്രക്രിയകൾ വഴി എന്നെ ഹീലിയമാക്കി മാറ്റാം. ഒന്നാമത്തേത് പ്രോട്ടോൺ - പ്രോട്ടോൺ പ്രവർത്തനം. രണ്ടാമത്തേത് കാർബൺ - ഹൈഡ്രജൻ - നൈട്രജൻ പരിവൃത്തി. സൂര്യനിൽ ഈ രണ്ട് പ്രക്രിയകളും നടക്കുന്നു.

ശാസ്ത്രജ്ഞന്മാരുടെ ഈ കണ്ടുപിടുത്തം ദ്രവ്യത്തിന് ഖരം, ദ്രാവകം, വാതകം, ഊർജ്ജം എന്നീ അവസ്ഥകൾ മാത്രമല്ല മറ്റൊരു അവസ്ഥ കൂടിയുണ്ട് എന്ന് തെളിയിച്ചു. ആ അവസ്ഥ എന്താണെന്നറിയണ്ടേ? പ്ലാസ്മാവസ്ഥ.

വാതകങ്ങളെ അത്യുന്നതമായ ഊഷ്മാവ് വരെ ചൂടാക്കിയാൽ എന്തുസംഭവിക്കും? ഇലക്ട്രോണുകൽ ന്യൂക്ലിയസിന്റെ ആകർഷകശക്തി വിച്ഛേദിച്ച് ആറ്റങ്ങളിൽനിന്നും പുറത്തു ചാടുന്നു. ഇലക്ട്രോണുകളും ന്യൂക്ലിയസുകളും സ്വതന്ത്രങ്ങളായ കണങ്ങളെപ്പോലെ പെരുമാറുന്നു. ഈ അവസ്ഥയെ പ്ലാസ്മാവസ്ഥ എന്നുപറയുന്നു. അപ്പോൾ പ്ലാസ്മ എന്നത് അയോണീകരിക്കപ്പെട്ട ദ്രവ്യമാണ്. അല്ലേ?

സൂര്യനിലും നക്ഷത്രങ്ങളിലും ന്യൂക്ലിയാർ ഫ്യൂഷൻമൂലം അത്യുന്നത ഊഷ്മാവ് ഉല്പാദിപ്പിക്കപ്പെടുന്നു. അതുകൊണ്ട് സൂര്യനിലും നക്ഷത്രങ്ങളിലും ദ്രവ്യം ഏതവസ്ഥയിലായിരിക്കും? പ്ലാസ്മാവസ്ഥയിൽ.

ഊർജ്ജത്തിന് ഇതാ ഒരു ശാഖ കൂടി

പ്ലാസ്മാ ഊർജ്ജതന്ത്രം (Plasma Physics)

പ്ലാസ്മയെക്കുറിച്ചുള്ള പഠനമാണ് പ്ലാസ്മാ ഊർജ്ജതന്ത്രം.

ഹൈഡ്രജൻ ഇക്കോണമിയും സുസ്ഥിരവികസനവും

താങ്ങാനാകാത്തവണ്ണം എണ്ണവില കുതിച്ചുയരുന്നു. പെട്രോളിയം, കല്ക്കരി, ഗാസൊലിൻ തുടങ്ങിയ ഇന്ധനങ്ങൾ പാരിസ്ഥിതികമായും സാമ്പത്തികമായും സുസ്ഥിരമല്ല. വളരെ വിലകുറഞ്ഞതോതിൽ ഇന്ധനം ലഭിക്കണം. അങ്ങനെ ലഭിക്കുന്ന ഇന്ധനം പരിസ്ഥിതിക്ക് ഇണങ്ങുന്നതുമാകണം. അത് സുസ്ഥിര ഊർജ്ജസ്രോതസ്സായിരിക്കണം. എങ്കിലേ സുസ്ഥിര വികസനം കൈവരിക്കാനാകൂ.

ഊർജ്ജോപയോഗ അപഗ്രഥരും, പാരിസ്ഥിതികസംഘടനകളും, നയനിർമ്മാണകർത്താക്കളും,വ്യവസായനായകന്മാരും ഒന്നടങ്കം വിളിച്ചുപറയുന്ന ഒരു കാര്യമുണ്ട്. എന്താണെന്നോ?

"ഹൈഡ്രജൻ ഭാവി ഊർജ്ജസ്രോതസ്സാണ്. ഊർജ്ജോല്പാദനത്തിലും ഉപയോഗത്തിലും വിപ്ലവം തന്നെ സൃഷ്ടിക്കുന്ന ഊർജ്ജസ്രോതസ്സ്. സുസ്ഥിരവികസനത്തിന് സുസ്ഥിര ഊർജ്ജസ്രോതസ്സായി ഹൈഡ്രജനെ കാണണം."

ഊർജ്ജസ്രോതസ്സ് എന്ന നിലയിൽ എന്റെ സാദ്ധ്യതകളെ കുറിച്ച് പഠിക്കുവാൻ ഐക്യരാഷ്ട്രസംഘടനയുടെ പരിസ്ഥിതി പരിപാടി ആവിഷ്കരിക്കുന്ന 'UNEP' (United Nations Environment Programme) മുന്നിട്ടിറങ്ങിക്കഴിഞ്ഞു. അവർ മുന്നോ

ട്ടുവയ്ക്കുന്ന ആശയമാണ് 'ഹൈഡ്രജൻ ഇകൊനെമി' (Hydrogen Economy). വിലകുറഞ്ഞതും പാരിസ്ഥിതികാഭിവൃദ്ധി ഉറപ്പുവരുത്തുന്നതുമായ ഇന്ധനസ്രോതസ്സായി ഹൈഡ്രജനെ പരിഗണിക്കുന്ന സമ്പദ്‌വ്യവസ്ഥയാണ് ഹൈഡ്രജൻ ഇകോനെമി. ഹൈഡ്രജൻ ഇകോനെമി പ്രചരിപ്പിക്കുവാൻ രേഖകൾ തയ്യാറാക്കി എല്ലാരാജ്യങ്ങളിലും പ്രത്യേകിച്ച് മൂന്നാം ലോകരാജ്യങ്ങളിൽ എത്തിച്ചുകൊണ്ടിരിക്കുകയാണ്. വൻ തോതിൽ എന്നെ നിർമ്മിക്കുന്നതിനുവേണ്ട ചെലവ്, വിതരണച്ചെലവ്, ശേഖരണ ചെലവ്, പാരിസ്ഥിതികനേട്ടങ്ങൾ തുടങ്ങിയവ സംബന്ധിച്ച ഗവേഷണരേഖകളും അതിൽ ഉൾപ്പെടുന്നു. എന്നെ ഇന്ധനസ്രോതസ്സായി ഉപയോഗിച്ചാൽ സാമ്പത്തിക നേട്ടം. ഒപ്പം പാരിസ്ഥിതികാഭിവൃദ്ധി. അങ്ങനെ സുസ്ഥിരവികസനം. ഇതാണല്ലോ ഹൈഡ്രജൻ ഇകോനെമി ചൂണ്ടിക്കാണിക്കുന്നത്. എങ്ങനെയാണ് ഇത് പ്രാവർത്തികമാകുന്നത്? നമുക്ക് നോക്കാം.

ഞാനൊരു ഊർജ്ജവാഹകൻ

ഇന്ധനത്തിനുവേണ്ടി വൻ തുകയാണ് ലോകത്തെമ്പാടും ചെലവഴിക്കുന്നത് എന്ന് നിങ്ങൾക്കറിയാം. ചെലവ് മാത്രമല്ല ഭൂമി നേരിടുന്ന പാരിസ്ഥിതികാഘാതങ്ങളും കണക്കിലെടുക്കേണ്ടതുണ്ട്. ഇവിടെയാണ് ഞാൻ തുണയായെത്തുന്നത്. എന്റെ സവിശേഷതകളൊക്കെയും നിങ്ങൾക്കറിയാം. ഞാനൊരു വിഷവാതകമല്ല. നിറമില്ല, മണമില്ല, രുചിയില്ല തുടങ്ങി ഒട്ടനവധികാര്യങ്ങൾ നിങ്ങൾ ഓർക്കുമല്ലോ. ഓക്സിജനെ കണ്ടാൽ എനിക്കു വിറളിയാണ്. ഓക്സിജന്റെ സാന്നിദ്ധ്യത്തിൽ ഞാൻ കത്തിജ്വലിക്കും. നീരാവിയും വലിയ അളവിൽ താപോർജ്ജവും പുറത്തുവിടും.

$$2H_2 + O_2 \rightarrow 2H_2O + \text{താപോർജ്ജം}$$

അപ്പോൾ ഞാനൊരു ഊർജ്ജവാഹകനാണ് എന്ന് നിങ്ങൾക്കു മനസ്സിലായല്ലോ. ഭൂമിയിൽ എന്നെ സ്വതന്ത്രാവസ്ഥയിൽ കിട്ടില്ല. എന്നെ സ്വതന്ത്രാവസ്ഥയിൽ കിട്ടാനെന്താണ്

മാർഗ്ഗം? സ്വതന്ത്രാവസ്ഥയിൽ കിട്ടിയെങ്കിലേ എന്നെ വായുവിൽ കത്തിച്ച് ഊർജ്ജം ഉല്പാദിപ്പിക്കാൻ കഴിയൂ. ഹൈഡ്രജൻ സമ്പന്നമായ പദാർത്ഥം ഉപയോഗിച്ചു എന്നെ വൻ തോതിൽ നിർമ്മിക്കാമല്ലോ. ശാസ്ത്രകാരന്മാരുടെ ചിന്ത ആ വഴിക്കുതിരിഞ്ഞു. ഹൈഡ്രജൻ സമ്പന്നമായ പല പദാർത്ഥങ്ങളും പരീക്ഷണങ്ങൾക്കുപയോഗിച്ചു. നീരാവിയിൽനിന്നും വൻ തോതിൽ നിർമ്മിക്കാം. ജൈവാവശിഷ്ടങ്ങളിൽനിന്നും ബാക്ടീരിയ, ആൽഗ തുടങ്ങിയ സൂക്ഷ്മജീവികളുടെ ജൈവപ്രക്രിയയിലൂടെ ഹൈഡ്രജൻ നിർമ്മിക്കാം.

ജലത്തെ വൈദ്യുതവിശ്ലേഷണ (Eletcrolysis) ത്തിന് വിധേയമാക്കിയും ഹൈഡ്രജനെ നിർമ്മിക്കാമല്ലോ. പക്ഷേ, ഒരു പ്രശ്നമുണ്ട്. വലിയ ചെലവ് വേണ്ടിവരും. സൗരോർജ്ജം കൊണ്ട് ജലത്തെ വൈദ്യുതവിശ്ലേഷണം നടത്തുന്ന പദ്ധതികൾ പ്രചാരത്തിൽ വരുന്നുണ്ട്. ഹൈഡ്രോകാർബണുകളെ ഭാഗിക ഓക്സികരണ (Partial Oxidation) ത്തിന് വിധേയമാക്കുമ്പോഴും ഹൈഡ്രജൻ കിട്ടും. പക്ഷേ, അവിടെയുമുണ്ട് പ്രശ്നം. എന്താണത്? കാർബൺഡൈ ഓക്സൈഡ് തുടങ്ങിയ മാലിന്യങ്ങൾ ഉണ്ടാകും. ചുരുക്കിപ്പറഞ്ഞാൽ താപരാസപ്രവർത്തനങ്ങൾ, വൈദ്യുതവിശ്ലേഷണം, സൗരോർജ്ജത്താൽ നേരിട്ട് ജലത്തെ വിഘടിപ്പിക്കൽ, ജൈവപ്രക്രിയ തുടങ്ങിയവയിലൂടെ വൻതോതിൽ എന്നെ ഉല്പാദിപ്പിക്കുന്നതിനുള്ള ഗവേഷണപ്രവർത്തനങ്ങൾ നടന്നുവരികയാണ്.

പ്രകൃതിദത്ത ഊർജ്ജ സ്രോതസ്സുകളായ പ്രകൃതിവാതകങ്ങൾ, കല്ക്കരി, പ്രകൃതിഎണ്ണകൾ എന്നിവ പ്രൈമറി ഊർജ്ജ സ്രോതസ്സുകളാണ്. അവയെ നേരിട്ട് കത്തിച്ച് ഊർജ്ജമുണ്ടാക്കാം. ഹൈഡ്രജനെ നമുക്ക് സ്വതന്ത്രാവസ്ഥയിൽ നേരിട്ട് കിട്ടില്ലല്ലോ. ഹൈഡ്രജനെ നേരിട്ട് കിട്ടാൻ ഹൈഡ്രജൻ സമ്പന്നമായ പദാർത്ഥം വേണമല്ലോ. അതുകൊണ്ട് വൈദ്യുതിയെപ്പോലെ ഹൈഡ്രജനും ഊർജ്ജത്തിന്റെ ഒരു ദ്വിതീയ സ്രോത (Secondary source) സ്സാണെന്നു പറയാം.

എന്റെ ആകർഷകഘടകം

ഞാൻ എങ്ങനെയാണ് പരിസ്ഥിതിക്ക് ഇണങ്ങുന്ന ഊർജ്ജ സ്രോതസ്സായി മാറുന്നത്. ഞാൻ ഓക്സിജനിൽ കത്തുമ്പോൾ മാലിന്യങ്ങളൊന്നും ഉണ്ടാകുന്നില്ലല്ലോ. ഇക്കാര്യത്തിൽ ജല വൈദ്യുതപദ്ധതികളെപ്പോലെത്തന്നെ ഞാൻ. ഒരു ഇന്ധന സെൽ (Fuel Cell) വച്ച് എന്നെ കത്തിച്ചാൽ ഊർജ്ജം മാത്രമേ ലഭിക്കുകയുള്ളൂ. പെട്രോളും ഡീസലും ഉപയോഗിച്ച് വാഹനമോടുമ്പോൾ പുറത്തുവരുന്ന വാതകാവസ്ഥയിലുള്ള കാർബൺ സംയുക്തങ്ങൾ നമ്മുടെ പ്രദേശങ്ങളിലുണ്ടാക്കുന്ന മലിനീകരണ പ്രശ്നങ്ങൾ എന്തൊക്കെയാണെന്ന് നിങ്ങൾക്കറിയാമോ? അതുവഴിയുണ്ടാകുന്ന പാരിസ്ഥിതികപ്രശ്നങ്ങൾ മാത്രമല്ല ആരോഗ്യപ്രശ്നങ്ങൾ തുടങ്ങിയ കാര്യങ്ങളെക്കുറിച്ചും നിങ്ങൾക്കറിയാം. എന്നെ ഉപയോഗിച്ചാൽ ഒരു മാലിന്യവും ഉണ്ടാകില്ലല്ലോ. അപ്പോൾ ഹരിത ഗൃഹപ്രഭാവം (Green House Effect) വഴിയുള്ള ആഗോളതാപനം തടയപ്പെടും. ഭൂമി സംരക്ഷിക്കപ്പെടും. ഒരു ഊർജ്ജ സ്രോതസ്സ് എന്ന നിലയിൽ എന്റെ ആകർഷകഘടകം ഇതാണ്.

ചെലവ് കുറഞ്ഞരീതിയിൽ വൻതോതിൽ എന്നെ നിർമ്മിക്കാനുള്ള മാർഗ്ഗങ്ങൾ കണ്ടെത്താനുള്ള ശ്രമങ്ങളിലാണ് ശാസ്ത്രജ്ഞന്മാർ. ധാരാളം സാദ്ധ്യതകൾ കണ്ടെത്തുന്നുണ്ട്. ന്യൂക്ലിയർ വൈദ്യുതി ഉപയോഗിച്ച് ജലത്തെ വൈദ്യുതവിശ്ലേഷണം നടത്താം. സൗരോർജ്ജം, കാറ്റ് തുടങ്ങിയ പുനരുപയോഗ ഊർജ്ജ സ്രോതസ്സുകൾ (Renewable Energy Sources) ഉപയോഗിച്ച് ജലത്തെ വൈദ്യുതവിശ്ലേഷണം നടത്താം. പുറത്തുവരുന്ന കാർബൺ മാലിന്യത്തെ പിടിച്ചു നിർത്താൻ കഴിയുന്ന സാങ്കേതിക വിദ്യയുടെ സഹായത്താൽ ഫോസിൽ ഇന്ധനം ഉപയോഗിച്ച് നീരാവിയെ വിഘടിപ്പിക്കാം. ഹൈഡ്രജൻ ഇക്കോണമിയുടെ ഭാഗമായി ലോകത്തെമ്പാടും ഇത്തരം ഗവേഷണങ്ങൾ നടന്നുകൊണ്ടിരിക്കുകയാണ്.

അതിനോടൊപ്പംതന്നെ മറ്റു ചില പഠനങ്ങളും നടത്തുന്നു

ണ്ട്. എന്നെ വൻ തോതിൽ നിർമ്മിക്കുമ്പോൾ അന്തരീക്ഷത്തിൽ പല കാരണങ്ങളാൽ എന്റെ അളവ് കൂടാൻ ഇടവരാം. അങ്ങനെ വന്നാലുണ്ടാകുന്ന അന്തരീക്ഷ മാറ്റങ്ങളെന്തൊക്കെയാണ്? എന്നെ സുരക്ഷിതമായി 'കൈകാര്യം' ചെയ്യാനുള്ള സാങ്കേതികവിദ്യകൾ എന്തൊക്കെയാണ്? ഈ വക കാര്യങ്ങളെല്ലാം പഠനവിധേയമായിക്കൊണ്ടിരിക്കുകയാണ്. ഉപഭോക്തൃസൗഹൃദമാകണമല്ലോ എല്ലാം.

ഞാൻ സ്വപ്നം കാണുകയാണ്

നൂറുവർഷം കഴിഞ്ഞുള്ള കാലത്തെക്കുറിച്ച് ഞാൻ സ്വപ്നം കാണുകയാണ്. അന്ന് ലോകം ഹരിത ഹൈഡ്രജൻ ഇക്കോണമിയിലേക്ക് മാറിയിട്ടുണ്ടാകും. സുസ്ഥിര വികസനത്തിനുള്ള പുതിയ സാങ്കേതികവിദ്യകൾ വികസിപ്പിച്ചിട്ടുണ്ടാകും. ഇത്തരം പുതിയ സാങ്കേതികവിദ്യക്ക് ഹരിതകെമിസ്ട്രി (Green Chemistry) എന്നു വിളിക്കാം. കുറ്റമറ്റരീതിയിൽ ഹൈഡ്രജന്റെ വൻ തോതിലുള്ള നിർമ്മാണം, ശേഖരണം, വിതരണം നടക്കുന്ന കാലം. ഏറ്റവും സുരക്ഷിതവും വെടിപ്പുള്ളതും, സുസ്ഥിരവുമായ ഊർജ്ജരൂപം എന്ന നിലയിൽ എന്റെ ഖ്യാതി ലോകമെങ്ങും മുഴങ്ങുന്ന സമയം. അന്തരീക്ഷമലിനീകരണത്തിന്റെ തോത് മുമ്പ് ഉണ്ടായിരുന്നതിനേക്കാൾ ഏറ്റവും കുറഞ്ഞ അവസ്ഥയിൽ ഭൂമിനില്ക്കുന്ന കാലം. അക്കാലത്തെക്കുറിച്ച് നിങ്ങൾ ഒന്നാലോചിച്ച് നോക്കൂ. ഗ്രാമങ്ങളിലും, നഗരങ്ങളിലും, പട്ടണങ്ങളിലും ഏറ്റവും കാര്യക്ഷമമായ ഹൈഡ്രജൻ ഇന്ധനത്താൽ ഓടുന്ന വാഹനങ്ങൾ. കേന്ദ്രീകൃതമായ ഹൈഡ്രജൻ നിർമ്മാണശാലകൾ. ഭൂമിക്കടിയിലൂടെയുള്ള പൈപ്പുകളിലൂടെ പൊതുവിതരണകേന്ദ്രങ്ങളിലേക്ക് ഹൈഡ്രജൻ എത്താനുള്ള വാതായനങ്ങൾ. അവിടെ ഹൈഡ്രജൻ നിറയ്ക്കാൻ വരിയായി നില്ക്കുന്ന വാഹനങ്ങൾ, പണിശാലകൾ, വീടുകൾ എന്നിവിടങ്ങളിലേക്ക് ടാങ്കുകളിൽ ഹൈഡ്രജൻ നിറച്ചു നല്കുന്ന കേന്ദ്രങ്ങൾ. സൗരോർജ്ജം ഉപയോഗിച്ച് ജലത്തെ വൈദ്യുതവിശ്ലേഷണം നടത്തി ഹൈഡ്രജൻ ഉല്പാദിപ്പിച്ചു ടാങ്കുകൾ വഴി വിതരണം ചെയ്യുന്ന ഇടങ്ങൾ. ചൂടിനും, വൈദ്യുതിക്കും വേണ്ടി ഉപയോ

ഗിക്കുന്ന കാര്യശേഷിയുള്ള ഹൈഡ്രജൻ ഇന്ധനസെല്ലുകൾ (Fuel Cells). ഇത്തരം ഇന്ധനസെല്ലുകളിൽ വീണ്ടും ഹൈഡ്രജനെ നിറയ്ക്കാൻ സഹായിക്കുന്ന പ്രാദേശിക പൈപ്പ് ലൈൻ ശൃംഖല (Network). എന്റെ സ്വപ്നങ്ങൾ അങ്ങനെ നീണ്ടുപോകുന്നു. ഹരിതകെമിസ്ട്രിയുടെ വസന്തകാലമാണ് ഇനി വരാൻ പോകുന്നത്. ഒരു നൂറ്റാണ്ടിനകം എന്റെ സ്വപ്നങ്ങൾ യാഥാർത്ഥ്യമാകും എന്നാണ് ശാസ്ത്രകാരന്മാർ പറയുന്നത്.

പ്രവചനം യാഥാർത്ഥ്യമാകുന്നു

2017 ജനുവരി 26. ഹാർവാർഡ് യൂണിവേഴ്സിറ്റിയിലെ ഒരു ശാസ്ത്രസദസ്സ്. ഒരു കൂട്ടം ശാസ്ത്രജ്ഞന്മാർ സദസ്സിനെ അഭിസംബോധനചെയ്യുന്നു. തോമസ് ഡി കാബോട്ട് (Thomas D Cabot), ഐസക് സിൽവെറ (Isac Silvera), രംഗ ഡയസ് (Ranga Dias) എന്നിവരാണവർ.

“ഉയർന്ന സമ്മർദ്ദഭൗതികവിദ്യയുടെ പവിത്രപാത്രം. യേശു അവസാന അത്താഴവിരുന്നിനുപയോഗിച്ച പാത്രംപോലെ പവിത്രമായത്. ലോഹീയ ഹൈഡ്രജന്റെ ഭൂമിയിലെ എക്കാലത്തെയും ആദ്യപ്രതിരൂപം. നിങ്ങൾ അതിനെ കാണുമ്പോൾ നമ്മുടെ പ്രപഞ്ചത്തിൽ മുമ്പൊരിക്കൽപോലും നിലനിന്നിട്ടില്ലാത്ത ഒന്നിനെയാണ് നിങ്ങൾനോക്കിക്കാണുന്നത്. ”

പ്രപഞ്ചത്തിലെ എക്കാലത്തേയും ആദ്യത്തെ എന്റെ ഖരരൂപം കണ്ട് ലോകം കോരിത്തരിച്ചു. പ്രപഞ്ചമുണ്ടായതുമുതൽ ഞാനുണ്ട്. പക്ഷേ, ആദ്യമായിട്ടാണ് ഞാൻ ഖരരൂപം കൈകൊണ്ടത്. ലോഹരൂപം കൈക്കൊണ്ടത് പറഞ്ഞറിയിക്കാൻ പറ്റാത്ത അനുഭവം. എൺപത് വർഷങ്ങൾക്കുമുമ്പ് അതായത് 1935 ൽ ശാസ്ത്രജ്ഞന്മാർ എന്റെ മുഖത്ത് നോക്കിപറഞ്ഞു ‘നിന്നെ ഞങ്ങൾ കീഴ്പ്പെടുത്തി ലോഹമാക്കുമെന്ന്. ’ ഇമ്മിണിപുളിക്കുമെന്ന് ഞാനന്ന് പറഞ്ഞതാണ്. പെടാപ്പാടുപെട്ടു അവർ. അവസാനം അവർ ജയിച്ചു. അങ്ങനെ ശാസ്ത്രജ്ഞന്മാർ എന്നെക്കുറിച്ച് നടത്തിയ പ്രവചനം യാഥാർത്ഥ്യമായി. ശാസ്ത്രജ്ഞന്മാർ എന്നെ ഖരമാക്കിയപ്പോൾ എനിക്ക് അത്യധികം

സന്തോഷം തോന്നി. ഉയർന്ന മർദ്ദം എന്റെ മേൽ പ്രയോഗിച്ചാണ് എന്നെ ഖരമാക്കിയത്. അതിന് പ്രത്യേക ഉപകരണവും അവർ ഉണ്ടാക്കിയിരുന്നു. ഖരമാക്കിയപ്പോൾ എനിക്ക് ലോഹീയ സ്വഭാവങ്ങൾ കൈവന്നു. എനിക്ക് തിളക്കം കൈവന്നു. ലോഹദ്യുതി തന്നെ. ബ്യൂട്ടിപാർലറിൽ മുഖം മിനുക്കുന്ന പണിയല്ല എന്നിൽ അവർ ചെയ്തത്. എന്റെ ലോഹസവിശേഷതകളെക്കുറിച്ച് അവർ പഠിച്ചു. സാധാരണ ഞാൻ തന്മാത്രകളായിട്ടാണല്ലോ നിലനില്ക്കുന്നത്. ഇവിടെ എന്താണ് സംഭവിച്ചത് എന്നുനോക്കാം. ഏറ്റവും ഉയർന്നമർദ്ദം പ്രയോഗിച്ചപ്പോൾ എന്റെ തന്മാത്രഘടന മുറിച്ചെറിയപ്പെട്ടു. ആറ്റങ്ങളായിത്തീർന്ന എന്നെ ഞെക്കിഞെരുക്കി. ഞാൻ ഖരരൂപംപ്രാപിച്ച് ലോഹമായിമാറി.

കാർബണിന്റെ രൂപാന്തരങ്ങളാണ് ഗ്രാഫൈറ്റും ഡയമണ്ടും എന്ന് നിങ്ങൾക്കറിയാം. ഗ്രാഫൈറ്റിൽ നിന്നാണല്ലോ ഡയമണ്ട് ഉണ്ടാകുന്നത്. ഉയർന്നമർദ്ദത്തിലും ഊഷ്മാവിലുമാണ് ഗ്രാഫൈറ്റ് ഡയമണ്ട് ആയിത്തീരുന്നത്. ഊഷ്മാവും മർദ്ദവും നീക്കംചെയ്താലും ഡയമണ്ട് ഡയമണ്ടായി നിലനില്ക്കും. എന്നെക്കുറിച്ച് ശാസ്ത്രജ്ഞന്മാർ മറ്റൊരു പ്രവചനം കൂടി നടത്തിയിരുന്നു. ഖരരൂപംപൂണ്ടാൽ സ്ഥിരമായി ഡയമണ്ടിനെപ്പോലെതന്നെ നിലനില്ക്കും എന്നാണാപ്രവചനം. ഇവിടെ മറ്റൊന്നുസംഭവിച്ചു. ഖരരൂപംപൂണ്ട ഞാൻ മർദ്ദം കുറഞ്ഞതും വാതകരൂപം സ്വീകരിച്ചു. ഇത് സംബന്ധിച്ചുള്ള ശാസ്ത്രലോകത്തെ ആശയസംവാദങ്ങൾ തുടരുകയാണ്.

ഖരാവസ്ഥയിൽ ഞാൻ യാതൊരു പ്രതിരോധവും കൂടാതെ വൈദ്യുതി കടത്തിവിടും. എന്നുവച്ചാൽ ഖരരൂപത്തിൽ ഞാനൊരു അതിവാഹകൻ (Super conductor) ആയിത്തീരും. വൈദ്യുതപ്രവാഹത്തിന് ഒരു തടസ്സവുമുണ്ടാക്കില്ല.

അതിവാഹകത്വം

1908 ൽ ലീഡൻ സർവ്വകലാശാലയിലെ ഫിസിക്സ് പ്രൊഫസറായിരുന്ന കാമർ ലിഗ് ഓനസ്സ് (Kamer Lingh Onnes) താഴ്ന്ന ഊഷ്മാവും ലോഹത്തിന്റെ രോധവും (Resistance) തമ്മിലുള്ള

ബന്ധത്തെക്കുറിച്ച് പഠിക്കാൻ പരീക്ഷണങ്ങൾ നടത്തി. ഈ പരീക്ഷണങ്ങൾ അതിവാഹകത്തിന്റെ (Super Conductivtiy) യുടെ കണ്ടെത്തലിലേക്ക് നയിച്ചത്. പരീക്ഷണത്തിന് വിധേയമാക്കിയ ആദ്യലോഹം രസം ആയിരുന്നു. വലിയ ധനനഷ്ടമില്ലാതെ എളുപ്പത്തിൽ ശുദ്ധിയാക്കാവുന്ന ഒരു ലോഹമാണ് രസം. അതിനാലാണ് രസത്തെ തന്നെ അദ്ദേഹം ആദ്യംതന്നെ തെരഞ്ഞെടുത്തത്. പരീക്ഷണത്തിനുപയോഗിക്കുന്ന ലോഹം തികച്ചും ശുദ്ധമായിരിക്കണമല്ലോ. അദ്ദേഹം രസത്തെ തണുപ്പിച്ചു. രസത്തിന്റെ രോധം കുറയുന്നതായികണ്ടു. 4.2^0Kelvin (-268.8^0C) ഊഷ്മാവിൽ എത്തിയപ്പോൾ വൈദ്യുതരോധം പെട്ടെന്നു കുറഞ്ഞു. വീണ്ടും ഊഷ്മാവ് കുറച്ചപ്പോൾ രസത്തിന്റെ രോധം തീരെയില്ലാതായിത്തീർന്നു. ഒരു ചാലകത്തിന്റെ രോധം നിശേഷം നഷ്ടപ്പെടുന്നുവെന്നു പറഞ്ഞാൽ അതിനർത്ഥം അതിന്റെ വാഹകത്വം (Conductivtiy) വർണ്ണനാതീതമാംവണ്ണം ഉയർന്നുവെന്നല്ലേ? അങ്ങനെ ചാലകങ്ങൾക്ക് ലഭിക്കുന്ന ഈ സവിശേഷഗുണത്തെയാണ് അതിവാഹകത്വം (Super Conductivtiy) എന്നുപറയുന്നത്. അപ്പോൾ അതിവാഹകത്വം കാണിക്കുന്നവർ അതിവാഹകൻ (Super Conductor) എന്നറിയപ്പെടും.

1911 ലാണ് ഓനസ്സ് അതിവാഹകത്വം കണ്ടെത്തിയത്. ഈ കണ്ടെത്തലിന് 1913 ൽ അദ്ദേഹത്തിന് നോബൽ സമ്മാനവും ലഭിച്ചു. വൈദ്യുതി വളരെ ദൂരം ഒരു ചാലകത്തിലൂടെ കടന്നുപോകുമ്പോൾ ചാലകത്തിന്റെ പ്രതിരോധം മുറിച്ചുകടക്കാൻ ഊർജ്ജം വേണ്ടിവരും. ഇങ്ങനെ ചെലവഴിക്കേണ്ടിവരുന്ന ഊർജ്ജം ഒരു നഷ്ടം തന്നെയാണ്. അതിവാഹകനെ ഉപയോഗിച്ചാലുള്ള ഗുണമെന്താണ്? ഊർജ്ജനഷ്ടം കുറവായിരിക്കും അല്ലേ? എന്താണ് കാരണം? ഒന്നാലോചിച്ചു നോക്കൂ.

ഒരു നല്ല നാളേക്കായി

എന്നെ ഖരമാക്കിയപ്പോൾ ശാസ്ത്രജ്ഞന്മാർ കരുതിയത് ലോഹീയസ്വഭാവം സാധാരണ ഊഷ്മാവിലും മർദ്ദത്തിലും കാണിക്കുമെന്നായിരുന്നു. മർദ്ദം നീക്കിയപ്പോൾ ഞാൻ വാതക

രൂപം പൂണ്ടു. എനിക്കറിയാം ഭാവിയിൽ ശാസ്ത്രജ്ഞന്മാർ എന്നെ ഖരരൂപത്തിൽ പിടിച്ചുനിർത്തുന്നതിൽ വിജയിക്കുമെന്ന്. വിജയിച്ചാൽ സാമൂഹികപുരോഗതിക്ക് വലിയസംഭാവനകൾ എനിക്ക് നല്കാനാവും.

എന്നെ സൂപ്പർകണ്ടക്ടറായി ഉപയോഗിച്ചാൽ ഊർജ്ജ നഷ്ടം കുറവാകുമല്ലോ. അതിവേഗ ട്രെയിനുകൾ, ഏറ്റവും കാര്യ ക്ഷമതയുള്ള കാറുകൾ ഇങ്ങനെ പലതും നിർമ്മിക്കപ്പെടും. നോക്കണേ ഗതാഗതത്തിൽ വമ്പിച്ചമാറ്റങ്ങളാണ് ഞാൻമൂലം വരാൻപോകുന്നത്. ഇലക്ട്രോണിക് ഉപകരണങ്ങളുടെ കാര്യ മെടുത്താലോ? അതിമേന്മയുള്ളതാകും അവ. ഇനി റോക്കറ്റുക ളുടെ കാര്യമെടുക്കാം. റോക്കറ്റിനെ മുമ്പോട്ടുതള്ളുന്ന ഏറ്റവും ശക്തിയേറിയ റോക്കറ്റ് പ്രൊപ്പലന്റ് (Rocket Propellant) ആയി ട്ടന്നെ ഉപയോഗിക്കാം. അതിവിദൂര ബഹിരാകാശപര്യവേക്ഷ ണരംഗത്ത് വൻ കുതിച്ചുചാട്ടം തന്നെ നടക്കും. വാതകരൂപത്തി ലുള്ള എന്നെ ഖരരൂപത്തിലേക്ക് മാറ്റുവാൻ ധാരാളം ഊർജ്ജം വേണ്ടിവരും. അപ്പോൾ തിരിച്ച് വാതകരൂപം പ്രാപിക്കുമ്പോഴോ? പ്രയോഗിച്ച ഊർജ്ജം മുഴുവൻ പുറത്തു വിടും. അപ്പോൾ റോക്ക റ്റുകളിലെ ഏറ്റവും ശക്തിയേറിയ പ്രൊപ്പല്ലന്റായിത്തീരും ലോഹീയ ഹൈഡ്രജൻ. മാത്രമല്ല റോക്കറ്റുകളെക്കുറിച്ചുള്ള ശാസ്ത്രീയപഠനം (Rocketry) വിപ്ലവാത്മകമായിത്തീരും. അക ലങ്ങളിലെ ബഹിരാകാശപര്യവേക്ഷണം എളുപ്പമാകും. ഒറ്റയ ടിക്ക് ഭ്രമണപഥത്തിൽ റോക്കറ്റ് എത്തിക്കാം. രണ്ടോ അതിലധി കമോ ഘട്ടംവരെ കാത്തുനില്ക്കേണ്ടിവരില്ല. ആ നല്ല നാളു കൾക്കായി കാത്തിരിക്കുകയാണ് ഞാൻ.

എന്റെ കത്ത്

പ്രിയ കൂട്ടുകാരെ,

1945 ആഗസ്ത് 6. നിങ്ങൾക്കറിയാമോ ആ ദിനത്തിന്റെ പ്രത്യേകത. മനുഷ്യമനഃസാക്ഷിയെ ഞെട്ടിച്ച ദിനം. ഇന്നും ലോകം ഒരു ഞടുക്കത്തോടെ ഓർക്കുന്ന ദിനം. ലക്ഷക്കണക്കിന് ജീവനുകളെ നിമിഷ നേരംകൊണ്ട് ചുട്ടെരിച്ച ദിനം. ജപ്പാനിലെ ഹിരോഷിമയിൽ അമേരിക്കൻ പോർ വിമാനങ്ങൾ ആറ്റംബോംബിട്ട ദിനം.

ഹിരോഷിമയിൽ മാത്രമല്ല ജപ്പാനിലെ നാഗസാക്കിയിലും അമേരിക്ക ആറ്റംബോംബിട്ടു. 1945 ആഗസ്ത് 9 ന്. ഇന്നും ഹിരോഷിമയിലും നാഗസാക്കിയിലും പിറന്നു വീഴുന്ന കുഞ്ഞുങ്ങൾ നമ്മുടെ സഹോദരന്മാർ അംഗവൈകല്യം ബാധിച്ചവരാണ്. നിരപരാധികളായ മനുഷ്യരെ നിമിഷനേരംകൊണ്ട് ചുട്ടെരിച്ച ആ ദിനങ്ങൾ എന്നും ലോകം ഒരു നെടുവീർപ്പോടെ ഓർക്കും.

കരയരുത് നിങ്ങളീ
കഥകേട്ടുണരണം
കാഹളമൂതിയുണർത്തിടേണം
അണുശക്തി മാനവ പുരോഗതിക്ക്
ലോകസമാധാനത്തിന്
വരൂ... നമുക്കാ ശബ്ദം മുഴക്കാം...

നിങ്ങളുടെ
സ്വന്തം ഹൈഡ്രജൻ

9 789388 485579

Printed by Libri Plureos GmbH in Hamburg, Germany